மீட்சி

மீட்சி

ஓல்கா (தெலுங்கு மூலம்)

தமிழில்: கௌரி கிருபானந்தன்

பாரதி புத்தகாலயம்

MEETCHI (In Tamil)

VOLKA

First Published: January, 2013 | Third Print: August, 2023

Our Thanks to: Swetcha Publications, Hyderabad

Published by

BHARATHI PUTHAKALAYAM

7, Elango Salai, Teynampet, Chennai - 600 018

Email: bharathiputhakalayam@gmail.com | www.thamizhbooks.com

மீட்சி

ஓல்கா (தெலுங்கு மூலம்)

தமிழில்: கௌரி கிருபானந்தன்

முதல் பதிப்பு: ஜனவரி, 2013 | மூன்றாம் அச்சு: ஆகஸ்ட், 2023

வெளியீடு:

பாரதி புத்தகாலயம்

7, இளங்கோ சாலை, தேனாம்பேட்டை, சென்னை - 600 018

தொலைபேசி : 044 24332424, 24330024 விற்பனை: 24332924

விற்பனை நிலையங்கள்

7, இளங்கோ சாலை, தேனாம்பேட்டை, சென்னை - 600 018.

அருப்புக்கோட்டை: கதவுஎண் 49 A/4 மெயின் ரோடு, தெற்கு தெரு - 9994173551

ஈரோடு: 39: 39 ஸ்டேட் பாங்க் சாலை - 9245448353

கரூர்: நாரத கானசபா அருகில் (TNGEA OFFICE) - 9442706676

காரைக்குடி : 12, 2 வது தெரு, கம்பன் மணிமண்டபம் பின்புறம் - 9443406150

கும்பகோணம்: 352, ரயில் நிலையம் எதிரில் - 9443995061

குன்னூர்: N.K.N வணிக வளாகம் பெட்போர்ட்

கோவை: 77, மசக்காளிபாளையம் ரோடு, பீளமேடு - 8903707294

சிதம்பரம்: 22A / 18B தேரடி கடைத் தெரு, கீழவீதி அருகில் - 9994399347

செங்கல்பட்டு: 1 D ஜி.எஸ்.டி சாலை - 044 27426964 | **சேலம்:** 15, வித்யாலயா சாலை

தஞ்சாவூர்: காந்திஜி வணிக வளாகம் காந்திஜி சாலை - 9655542400

திண்டுக்கல்: பேருந்து நிலையம் - 9942331105, 9976053719

திருச்சி: வெண்மணி இல்லம், கரூர் புறவழிச்சாலை - 9994289492

திருநெல்வேலி: நவஜீவன் டிரஸ்ட் வளாகம், 48-B/10, அம்பை ரோடு, வீரமாணிக்கபுரம் - 9442149981

திருப்பூர்: 447, அவினாசி சாலை - 9486105018 | **நெய்வேலி:** பேருந்து நிலையம் அருகில், - 9443659147

திருவண்ணாமலை: முத்தம்மாள் நகர் | **திருவல்லிக்கேணி:** 48, தேரடி தெரு - 9444428358

திருவாரூர்: 35, நேதாஜி சாலை - 9442540543 | **நாகர்கோவில்:** 699 கே.பி.ரோடு R.V.புரம் - 9443450111

பழனி: பேருந்து நிலையம் அருகில் - 7010760693 | **விருதுநகர்:** 131, கச்சேரி சாலை - 0456 2245300

பாண்டிச்சேரி : கிழக்கு கடற்கரைச்சாலை, இலாசுப்பேட்டை, 9486102777

பெரம்பூர்: 52, கூக்ஸ் ரோடு - 9444373716 | **மதுரை:** 37A, பெரியார் பேருந்து நிலையம் - 045 22324674

மதுரை: சர்வோதயா மெயின்ரோடு | **வேலூர்:** பேஸ் III, சத்துவாச்சாரி - 9442553893

வடபழனி: பேருந்து நிலையம் எதிரில் அடையார் ஆனந்தபவன் மாடியில் - 9444476967

நினைத்த நூல்கள்... நினைத்த நேரத்தில்... BharathiTV | www.bookday.in

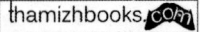

thamizhbooks.com 8778073949

ரூ.110/-

அச்சு : பிரிண்டெக், சென்னை 5

ஆசிரியரின் உரை

இந்தக் கதைத் தொகுப்பில் இருக்கும் கதைகள் ராமாயண இதிகாசத்தின் பின்னணியில் சீதை சூத்ரதாரியாக சொல்லப்பட்டவை. இதிகாசக் கதைகளை புதிய கோணத்தில் திரும்பவும் எழுதுவது என்ற போக்கினைத் தொடங்கியது கடந்த நூற்றாண்டில் திருபுரனேனி ராமசுவாமி சௌதரியாகத்தான் இருக்க வேண்டும்.

ராமன் பிராம்மண ஆதிக்கத்திற்கு உள்ளாகி அவர்களின் புகாரின் அடிப்படையில் சம்பூகன் என்ற சூத்திர தபஸ்வியை வதம் செய்கிறான். ராமாயணத்தில் அது ஒரு தர்ம ரக்ஷண காரியமாக எழுதப் பட்டுள்ளது. அது எவ்வளவு அநியாயம் என்றும், தவம் புரிவதற்கும், குலத்திற்கும் என்ன சம்பந்தம் என்று யோசிக்கச் சொல்லி சபூகவதம் என்ற படைப்பில் பிராம்மண ஆதிபத்தியத்தை வெளிச்சம்போட்டுக் காட்டினார் திருபுரனேனி. காலம் மாறிக்கொண்டு வருகிறது. அதற்கு ஏற்றபடி தர்மங்கள், சம்பிரதாயங்கள், ஆசாரங்கள் மாறிக்கொண்டுதான் இருக்கும். ஒரு காலத்து தர்மங்கள் இப்போது அர்த்தமற்றவை, அநியாயமானவை என்று சொல்வதற்காகத்தான் அன்று முதல் இன்று வரையில் பலர் புராணக் கதைகளை புதிய கோணத்தில் எழுதுகிறார்கள். புதிய விளக்கம் உருவாக்குகிறார்கள்.

சலம் (Gudipati venkatachalam) அவர்கள் மேலும் முன்னுக்குச் சென்று வித்தியாசமாக சிந்தித்து புராண பாத்திரங்களை பலவிதமாக சித்தரித்து உள்ளார். அக்கினிப் பரீட்சையைக் கேட்ட ராமனை விட, தனக்காக அழிவை வலிய வரவழைத்துக் கொண்ட ராவணன் தான் உண்மையான காதலன் என்று சீதை ராவணனின் சிதையில் குதித்தது போல் எழுதியிருந்தார். அரிச்சந்திரனின் சத்தியம் பேசும் விரதத்தை, பிரகலாதனின் விஷ்ணு பக்தியை, குசேலனின் சந்தானத்தை ஹாஸ்யமாக சித்தரித்து பல கதைகள், நாடகங்கள் எழுதி இருக்கிறார். புரூரவ, சஷாங்க போன்ற நாடகங்களில் இதிகாச பாத்திரங்களின் மூலமாக இதுவரையில் இருக்கும் நியதிகளைப்பற்றியும், உலக நீதிகளைப்பற்றியும் விமரிசனம் செய்துகொண்டே மனிதன் இந்த குறுகிய எல்லைகளையும், அகம்பவத்தையும் களைத்தெறிய வேண்டும் என்ற பார்வையை ஏற்படுத்தினார்.

குடும்பராவ் (Kodavatiganti Kutumba Rao) அசோகவனம் என்ற கதையில் அழகான அசோகவனத்தை தகனம் செய்வதற்கு எவ்வளவு கடின மனம் வேண்டும் என்று வியப்படைவார். ஜாம்பவந்தனின் கனவு என்ற கதையில் ஜாம்பவானின் புரட்சிகரமான எண்ணங்களை வெளிப்படுத்தி இருக்கிறார்.

தாம் சொல்ல நினைத்த விஷயங்களுக்கு புராண பாத்திரங்களை, கதைகளை பயன்படுத்துவது தெலுங்கு இலக்கியத்தில் பல காலமாக இருந்திருக்கிறது என்று சொல்வதற்கு இந்த எடுத்துக்காட்டுகள் போதும் என்று நினைக்கிறேன். ஏற்கனவே தெரிந்த பாத்திரங்கள் என்பதால் அவற்றை அறிமுகம் செய்யவேண்டிய சிரமம் எழுத்தாளருக்கு இருக்காது. நான் இந்தக் கதைகளில் முதலில் "சமாகமம்" எழுதினேன். அந்தக் கதையை எழுதுவதற்கு என்னைத் தூண்டிவிட்ட காரணம் இருக்கிறது. நான் எழுதிய "யுத்தம் அமைதி" என்ற நாட்டிய நாடகத்தில் சீதையும் சூர்ப்பனகையும் ராம ராவண யுத்தம் நடப்பதற்கு தாம் காரணகர்த்தாக்கள் இல்லை என்று சொல்லிக் கொண்டே...

"ஆரிய சாம்ராஜ்ய விஸ்தரிப்பு கோரிக்கை
ஏற்படுத்திய ராம ராவண போர்க்களம்
அது ஆரியர் திராவிடர் இடையில் மூண்ட சமரம்
பெண்கள் அதில் பகடைக்காய்களாக மாறிய விதம்"

என்று பாடிக் கொண்டே நாட்டியம் செய்வார்கள். தொடக்கத்தில் சீதையும், சூர்ப்பனகையும் தனித்தனியாக வனவாசம் தங்களுக்குப் பிரியமானது என்றும், தாம் அமைதியை விரும்புகிறவர்கள் என்றும், அழகை ஆராதிப்பவர்கள் என்றும் சொல்லிவிட்டு அப்படியும் தங்களுக்கு அவமானங்கள், சந்தேகங்கள், அவமதிப்புகள் தப்பவில்லை என்று சொல்லிக் கொண்டே நாட்டியம் செய்வார்கள். இறுதியில் இருவரும் சேர்ந்து மேலே குறிப்பிட்ட வரிகளுக்கு நடனம் புரிவார்கள். இந்தக் காட்சி பார்வையாளர்களை மிகவும் கவர்ந்தது.. சூர்ப்பனகை பாத்திரத்திற்கு நிறைய பாராட்டுகள் கிடைத்தன. ஆனால் சிலருக்கு சந்தேகங்களும் வந்தன. முக்கியமாக நடனம் புரிபவர்களுக்கே அவை வந்தன. அவர்களுக்குத் தெரிந்த வரையில் சூர்ப்பனகை ஒரு அரக்கி. நான் உருவாக்கிய சூர்ப்பனகை அழகி. சௌந்தரியத்தை ஆராதிப்பதை வாழ்க்கையின் சூத்திரமாக கடைப்பிடிப்பவள். நட்பை, அன்பை விரும்புகிறவள் என்று தன்னைப்பற்றி சொல்லிக் கொள்வாள். இதற்கு நாட்டியம் செய்வதில் அவர்கள் குழப்பமடைந்தார்கள்.

சூர்ப்பனகை திராவிடப் பெண்மணி என்றும், அவர்களுடைய பழக்க வழக்கங்கள் ஆரியர்களிடமிருந்து மாறுபட்டு இருக்கும் என்றும், புராணங்களில் திராவிடர்களை அரக்கர்களாக உருவகப்படுத்தி இருக்கிறார்கள் என்றும் எடுத்துச் சொன்னபிறகு அவர்கள் சமாதானம் அடைந்தார்கள். சூர்ப்பனகை பாத்திரத்தை சிறப்பாக வெளிப்படுத்தினார்கள். இதை 'தூர்தர்ஷனில்' ஒளிபரப்பு செய்தபோது பிரச்சினை வந்தது. சூர்ப்பனகையை அரக்கியாகத் தவிர வேறுவிதமாக அவர்களால் பார்க்க முடியவில்லை. சீதை, திரௌபதியின்

வேதனையைப் புரிந்துகொள்வது அவர்களுக்குப் பழக்கப்பட்ட விஷயம். சூர்ப்பனகையை அவர்களுக்குச் சமமாக எப்படிச் சேர்ப்பது? சூர்ப்பனகை அப்படி என்ன வேதனையை அனுபவித்து விட்டாள்? பர புருஷனை விரும்பினாள். தண்டிக்கப்பட்டாள். அவ்வளவுதானே தவிர, அவளுக்கு வந்த வேதனை என்ன? சீதையும் சூர்ப்பனகையும் எதிரிகள் இல்லையா? சேர்ந்து நாட்டியம் செய்வதாவது? இப்படி பல கேள்விகள் கேட்கப்பட்டன. எங்களுடைய பதில்கள் அவர்களை சமாதானப்படுத்த முடியவில்லை. சூர்ப்பனகையின் பாத்திரத்தை 'சென்சார்' செய்துவிட்டு ஒளிபரப்பினார்கள்.

அப்போது எனக்கு சூர்ப்பனகையின் வேதனையைப்பற்றி ஒரு கதை எழுத வேண்டும் என்று தோன்றியது. சீதையும் சூர்ப்பனகையும் ஏன் நட்புடன் இருக்கக்கூடாது என்று கதை எழுதத் தோன்றியது. அதன் விளைவுதான் "சமாகமம்". இந்தக் கதையில் சீதை சூர்ப்பனகையிடம் ஒரு ஆழமான கண்ணோட்டம் இருப்பதை உணருகிறாள். சூர்ப்பனகை வாழ்க்கையின்மீது பெற்ற ஆளுமையை, அதற்காக அவள் தன்னுடனே தான் செய்த யுத்தத்தை சீதை கவனிக்கிறாள்.

இந்தக் கதை எழுதிய பிறகு எனக்கு சீதை பாத்திரத்தின் மீது ஒரு விதமான பிரியம் ஏற்பட்டுவிட்டது. ராமனை மிகவும் விரும்பிய சீதை, ராமனின் அளவுகடந்த அன்பைப் பெற்ற சீதை அந்த ராமனின் காரணமாகவே அவமானங்களுக்கும் கைவிடப்படுதலுக்கும் உள்ளாகிறாள். அன்பு, அரவணைப்புடன் ராமனின் மடியில் அடைக்கலம் பெறும் சீதை, ராமனுக்குப் பின்னால் அவனைப் பின்தொடர்ந்து வரும் சீதை இறுதியில் ராமன் வேண்டாம் என்றும் குழந்தைகளைக்கூட விட்டுவிட்டும் தன் வழியைப் பார்த்துக்கொண்டும் போகிறாள். அவளுடைய அனுபவங்கள் அவளை அந்த முடிவிற்கு திசைதிருப்பிவிட்டன. ஆனால் சீதை செய்த இந்தப் பயணத்தில் அவளுக்குத் துணையாக சில பெண்கள் இருந்திருப்பார்கள் என்று தோன்றியது. சீதை ராமன் வேண்டாமென்று மறுத்துவிட்டு போவதற்கு தன்னுடன் தான் பெரும் அளவில் போர் புரிந்திருக்க வேண்டும். வெறும் கோபத்தினால் ராமனிடமிருந்து விலகுவது சாத்தியம் இல்லை. கோபமும், வெறுப்பும் மனிதர்களை மேலும் பிணைத்து விடும் என்று மனவியல் நிபுணர்கள் சொல்லுவார்கள். அன்பைவிட கோபமும், வெறுப்பும் மனிதர்களை இணைக்குமே தவிர பிரிக்காது, விடுவிக்காது. அதனால் சீதை கோபித்துக்கொண்டு போய்விடவில்லை. முதிர்ச்சி அடைந்த மனத்துடன் சென்று இருக்கிறாள். அந்த முதிர்ச்சி அவளுக்கு உலக அனுபவத்தின் மூலமாக ஏற்பட்டு இருக்கும் என்று தோன்றியது. அவளுக்கு அந்த சக்தி வெளியிலிருந்து கிடைத்தது, அது உள்சக்தியாக மாறியிருக்க வேண்டும் என்று தோன்றியது. அவளுக்கும் முன்னால் உலகத்தால், தம் குடும்பத்தால், கணவன்மார்களால் பல அவமானங்கள், சாபங்கள், கைவிடல்கள் முதலியவற்றுக்கு இலக்காகி, அலட்சியம் செய்யப்பட்ட பெண்கள் பலர் இருந்திருக்கிறார்கள். ராமாயணத்திலே

இருக்கிறார்கள். முதலில் எனக்கு அகல்யா நினைவுக்கு வந்தாள். அந்த அகல்யாவும், சீதையும் சந்தித்தால் எப்படி இருக்கும் என்று எழுதப்பட்ட கதைதான் மிருண்மயநாதம்.

ரேணுகா, ஊர்மிளா ... இவர்கள் அனுபவித்ததும் குறைவானது இல்லை. இவர்கள் தம்முடைய அனுபவங்களை, அந்த அனுபவங்களால் ஏற்பட்ட ஞானத்தை, வலிமையை, விவேகத்தை சீதையுடன் பகிர்ந்து கொண்டதால் சீதைக்கு மேலும் வலிமை கைகூடியிருக்குமோ என்னவோ. பெண்களுக்கு நடுவில் இந்த தோழமை எனக்கு மிகவும் பிடித்தமான உணர்வு. அந்த உணர்வில் முழுவதுமாக மூழ்கி எழுதிய கதைகள் இவை.

இக்கதைகள் தற்போதைய சமுதாயத்தில் பெண்களின் வேதனைக்கும் பொருந்தும் குறியீடு. இன்றைய சமுதாயத்தில் பலவிதமான தடைகளுக்கும், அவமானங்களுக்கும், துன்புறுத்தல்களுக்கும் உள்ளாகி அவற்றை வெற்றிகொண்டு மீண்டுவரும் பெண்கள் சிலர் என்றால், அவற்றுக்குள் புதைந்துபோய், அவற்றிலிருந்து மீளமுடியாமல், மீளவேண்டும் என்றுகூடத் தெரியாமல் வேதனையை அனுபவித்துக் கொண்டிருக்கும் பெண்கள் எத்தனையோ. தம்மைத் துன்புறுத்தும் கணவன்மார்களிடமிருந்து விடுதலை பெறவேண்டும் என்ற நினைப்பு கூட இல்லாமல், அவர்களை வெறுத்துக்கொண்டே, அருவருத்துக் கொண்டே அவர்களை பலமாக பற்றிக் கொள்ளும் பெண்கள். துவேஷத்தால் தம்மைத் தாமே துன்புறுத்திக்கொள்ளப் பழகிவிட்ட பெண்கள்.

அந்தப் பெண்களுக்காக இந்தக் கதைகள்.

“நனு ப்ரோவமனி செப்பவே” (என்னைக் காத்தருளச் சொல்லம்மா) என்றார் ராமதாஸ்.

இக்கதைகளின் சீதை யாரிடமும் சிபாரிசு செய்யவேண்டிய தேவையில்லாமல் தானே காப்பற்றக்கூடியவள் என்பது என் நம்பிக்கை.

“ப்ரோசே வாரெவருரா?” (என்னைக் காத்தருளுபவர் யாரோ) என்றார் தியாகராஜர்.

“நம்மை நாமே” என்ற நம்பிக்கையை இந்தக் கதைகள் நமக்கு ஏற்படுத்தும் என்பது என் எதிர்பார்ப்பு.

இந்த நான்கு கதைகளில் ஐந்து பெண்களை என் நெருங்கிய சிநேகிதிகளாக ஆக்கிக் கொண்டேன். சீதை, சூர்ப்பனகை, அகல்யா, ரேணுகா, ஊர்மிளா.

என் இந்தச் சிநேகிதிகள் என் சகப்பெண்களுக்கு வலிமையை, தைரியத்தை, விவேகத்தை வழங்குவார்கள் என்பது என் நம்பிக்கை.

ஓல்கா

ஹைதராபாத்

இதிகாசம் ஒரு புதிய பார்வை புதிய வெளிச்சம்

“புராணங்களில் சாசுவதமாக நீடித்திருக்கும் ஒரு ஈர்ப்பு சக்தி இருக்கும். ஏன் என்றால் மனித இனத்தின் பொதுவான பிள்ளைப் பருவம் அதில் அடங்கியிருக்கும்” என்று சொன்னார் மார்க்ஸ். ஆனால் ‘இந்த ஈர்ப்புசக்தி எங்கிருந்து வருகிறது?’ என்ற கேள்வியை எழுப்பினால் புராணக் கதையின் நிகழ்வுகளைவிட பிரதானமாக அந்த புராணக் கதைகளில் வரும் பாத்திரங்களின் சிக்கலானதன்மை, முழுமை, உயர்குணம், எக்காலத்திற்கும் பொருந்துதல், உலகளாவிய நம்பகத்தன்மை இவற்றிலிருந்துதான் என்று பதிலளிக்கலாம். ராமன், பீமன், கர்ணன், அபிமன்யு, திரௌபதி, சீதை ..... இவர்கள் எல்லோரும் உயிரோட்டத்துடன், சாசுவதமாக பண்டித, பாமர மக்கள் இதயத்தில் நிலைத்திருக்கும் நபர்கள்.

ஆனால் புராணப் பாத்திரங்களின் பெருந்தன்மை, வளர்ச்சி, முழுமை, அந்தந்த சூழ்நிலையில் அவர்கள் செய்த போராட்டங்களின் விளைவுதான். வரலாற்றையும், புராணத்தையும் கலந்து குழப்பி களேபரம் உருவாக்கும் சில நபர்கள் இந்த போராட்டத்தை தவிர்த்துவிட்டு புராணங்களை எடைபோடும் தராசாக சித்தரிக்க முற்படுவார்கள். அவ்வளவுதானே தவிர நாகரிகத்தை நோக்கி, சத்தியத்தின் தேடுதலை நோக்கி வாசகர்களை அழைத்துச் செல்லமாட்டர்கள். மிஞ்சிப் போனால் “நல்லது”, ”கெட்டது” க்கு நடுவில் எந்நேரமும் நடக்கும் போராட்டமாக புராணக் கதைகளை துதி பாடுவார்களே தவிர கொள்ளை, நாட்டாமை, அநியாயம், சமுதாயத்தால் உருவாக்கப்பட்ட ஆளுகை இவற்றுக்கு எதிராக புராண பாத்திரங்கள் செய்த போராட்டத்தை எடுத்துக்காட்ட மாட்டார்கள். சூழ்நிலையை “கர்மா'' வாகவும், நடத்தையை “தர்மமாகவும்” எளிமைப்படுத்தி க்ஷத்ரிய தர்மம், அது போலவே மற்ற இனத்தார் கடை பிடிக்க வேண்டிய தர்மங்கள், பெண்களுக்கு ஒதுக்கப்பட்ட பத்தினித்தன்மை இவற்றை எல்லாம் கூட தர்மத்திற்கு கட்டுப்பட்ட தராசில் விதிமுறைகளாக பிரச்சாரம் செய்வார்கள்.

இந்தப் போக்கு எத்திசைக்கு இட்டுச்செல்லும் என்று தெரிந்தே இருக்கிறது. தர்மத்தைக் காப்பாற்றுவது யதார்த்தவாதம் என்றால், நியாயப் போராட்டம் முற்போக்கு வழிக்கான புரட்சி.

மேற்சொன்ன இரண்டு பிரதான பரஸ்பர நேர் எதிர் வாதங்களைத் தவிர 'வேதங்களிலேயே எல்லாம் இருக்கிறதாம்" என்ற மற்றொரு போக்கும் சமீப காலத்தில் பிரபலமாக காணப்படுகிறது. புராண பாத்திரங்களின் கொடைச்சிறப்பை பாராட்டுவதற்கு இவர்கள் உற்சாகம் காட்டுவார்கள். ஆனால் கொள்ளைக்கும், நாட்டாமைக்கும் பலி ஆகிவிட்ட எந்த சமூகத்திலும் தனி நபர்களாகத் தொடங்கி கூட்டாக செய்த போராட்டங்கள் தான், கடந்த காலத்தை இன்றைய காலத்துடன், இன்றைய காலத்தை எதிர்காலத்துடன் இணைக்கும் உள்சூத்திரமாக இவர்கள் அடையாளம் காண மாட்டார்கள். ஒருமுறை இந்த உள்சூத்திரத்தை அடையாளம் கண்டுகொண்ட பிறகு, ஒவ்வொரு மக்கள் சமுதாயமும் தம்முடைய சரியான வரலாறை உருவாக்கிக்கொள்ளும். நிகழ்கால விழிப்புணர்வால் தங்களது கடந்தகாலத்தைக் கண்டுபிடிக்க முடியும் என்பதால் இன்று எல்லோரும் அவரவர்களின் வரலாற்றினை உருவாக்கிக் கொள்கிறார்கள். தலித்துகள், பெண்கள், மலைவாசிகள், மற்ற பாதிக்கப்பட்டவர்கள் தம் மீது திணிக்கப்பட்ட ஒருதலைப்பட்ச வரலாற்றினை நிராகரிக்கிறார்கள். வரலாற்றுக்கும், புராணங்களுக்கும் இடையே உள்ள ஒற்றுமைகளை, வித்தியாசங்களை ஆராய்கிறார்கள். கடந்தகாலத்தை மறுபரிசீலனை செய்கிறார்கள்.

தர்மத்தைக் காப்பதாக சொல்லிக்கொள்பவர்கள், புராணங்களை எடுத்துக்காட்டாக காண்பித்து தங்களுடைய சித்தாந்தங்களை நிலைநாட்டுவதற்கு முற்படுவார்கள். அதற்கு மாறாக புராண பாத்திரங்களின் போராட்டங்களை தம்முடைய கதைக்கருவாக அமைத்துக் கொண்டு, தம்முடைய குரல்களை ஒலிக்கச் செய்து கொண்டு இருப்பவர்களில் தலித் மற்றும் பெண்ணிய எழுத்தாளர்கள், கலைஞர்கள் முன்னணியில் இருப்பது கவனிக்கத் தக்கது.

ஆண்கள் உருவாக்கிவரும் யுத்தங்களால், இம்சைகளால் முக்கியமாக பாதிக்கப்படுவது பெண்களும், நிலைகுலைந்து போகின்ற அவர்களுடைய வாழ்க்கையும்தான். இந்த உலகளாவிய நிலைமையை ஓல்கா தன்னுடைய "போரும் அமைதியும்" என்ற நாட்டிய நாடகத்தில் கருவாக எடுத்துக்கொண்டார்.. அதனுடைய தொடர்ச்சிதான் இந்த நான்கு கதைகள். நவீன வாழ்க்கையின் சிக்கல்களைப் புரிந்துகொள்ள புராணப் பாத்திரங்கள் உதவி செய்யும் என்று சொன்னால் சிறிது வியப்பாகவே இருக்கும். ஆனால் இதுதான் உண்மை. பாதிக்கப்பட்ட எல்லோரையும் போலவே காரண காரிய சம்பந்தங்களைத் தேடும் முயற்சி, ஆத்ம பரிசோதனை, மனித உறவுகளைத் திரும்பவும் வரையறுப்பது, விழிப்புணர்வுடன் கூடிய செயல்பாடு – இவை எல்லாம் புராணப் பெண் பாத்திரங்களின்

போராட்டத்திலும், வளர்ச்சியிலும் நமக்கு தெளிவாகத் தென்படும்.

புராணப் பெண்களின் உலகத்தில் போருக்கான சூழ்நிலை குறைவாகவும், ஆத்ம சோதனை அதிகமாகவும் தென்படும், இம்சை, யுத்தம் மீது வெறுப்புடனும், இயற்கை மற்றும் ஜீவராசிகளிடம் அன்புடனும் புராணப் பெண் பாத்திரங்கள் நடத்தும் போராட்டம், ஆத்ம பரிசோதனை, புதிய விழிப்புணர்வு என விரிவடைந்தன. ஒருங்கிணைந்து செயல்படுவது சாத்தியம் அல்லாத கட்டத்தில், இந்தப் பெண்கள், மற்றும் பாதிக்கப்பட்ட மற்ற சமூகத்தினர் சித்தாந்த அளவில் வெற்றியை சாதித்தார்கள். இந்த பின்னணியில் பரிசீலித்தால் இந்தப் புத்தகத்தில் இருக்கும் நவீன புராணக் கதைகள், அதில் பெண் பாத்திரங்களின் போராட்டத்திலிருந்து மலர்ந்த விழிப்புணர்வு நமக்கு எளிதாகப் புரியும். புரியும்போதே சங்கடப்படுத்தும். கடந்த காலத்துக் கதைகள் எல்லாம் இந்நாளைய போராட்டங்களாக உருப்பெற்று நம்மிடையே புராண 'உபன்யாசங்கள்' இல்லாமல் செய்துவிடும்.

**** **** *****

புராண புருஷர்கள் உருவாக்கிய யுத்தங்கள், வன்முறை, இம்சை... இவற்றிலிருந்து மீண்டு நிலைத்து நிற்பதற்கு பெண்கள் ஆழ்ந்த மனப்போராட்டதிற்கு உள்ளானார்கள் என்பதற்கும், இறுதியில் சித்தாந்த அளவில் வெற்றி பெற்றார்கள் என்பதற்கும் 'சமாகமம்' கதையில் சூர்ப்பனகையின் வார்த்தைகளை உதாரணமாக எடுத்துக் கொள்ளலாம்.

"மீண்டும் அழகை நேசிப்பதற்கும் ரூபம், அரூபத்தின் உண்மையான சாராம்சத்தை கண்டுகொள்வதற்கும் என்னுடன் நான் பெரிய யுத்தம் செய்ய வேண்டியிருந்தது. அந்த யுத்தத்தில் எனக்குத் துணையாக இருந்தது இந்த எல்லையில்லா இயற்கை" என்கிறாள் சூர்ப்பனகை. இதைக்கேட்டு தான் சந்தித்த அக்னிப்ரீட்சைக்கு சூர்ப்பனகை உள்ளான பரீட்சை குறைவானது இல்லை என்று சீதை நினைக்கும் போது ஒரே ஆண்மகனுக்காகத் தவித்த இரு பெண்களுக்கு இடையில் இருக்க வேண்டிய பொறாமை கடுகளவும் இல்லாமல் போனதோடு உடன் காயப்பட்டோர்களிடம் துளிர்க்கும் நட்பும், பந்தமும் தென்படும். சீதை, சூர்ப்பனகைக்கு இடையில் பெண்ணிய சகோதரித்துவம் புலப்படவைப்பது ஒரு துணிகரச் செயல். ஆனால் அது இயல்பாக நிகழ்ந்த பரிணாமமாக, இயற்கையின் ஆசிகளுடன் முளைவிட்ட நட்பாக நமக்கு இந்தக் கதையில் காட்சி தருகிறது. ராஜ்ஜியத்திற்கும், கானகத்திற்கும் நடுவில் பயங்கரமான இடைவெளி, முரண்பாடு இருப்பதை சூர்ப்பனகை உணருகிறாள். ராஜ்ஜியத்திலிருந்து வேறுபட்டு கானகத்தை, இயற்கையை விரும்புவதில் சீதையும்

சூர்ப்பனகையும் நெருங்கி விட்டார்கள். ராஜ்ஜியத்திற்கு அதிபதிகளான பிறகும் ஆரண்யத்தின் வழியை மறந்து போகவேண்டாமென்று லவகுசர்களை இறுதியில் எச்சரிக்கிறாள் பூமியின் புத்ரி.

"அவரவரின் சத்தியம் அவரவருடையது" என்று உணர்ந்த அகல்யா "சத்திய அசத்தியங்களை முடிவு செய்யும் சக்தி இந்த உலகத்தில் யாருக்காவது இருக்கிறதா?" என்று கேள்வி கேட்கிறாள் மிருண்மயநாதம் என்ற கதையில். அதிகாரத்திற்கு கீழ்ப்படிந்து இருக்கும் வரையில் எது செய்தாலும் பிராயச்சித்தம், தீர்வு இருக்குமே தவிர அதிகாரத்தையே கேள்வி கேட்டாலோ, அதன் மூலங்களை ஆராய்ந்தாலோ யாரும் சகித்துக் கொள்ளமாட்டார்கள். அப்போதுதான் சர்ச்சை எழும். தன் அனுபவத்தில் சரி தவறுகளைப் போட்டு உடைத்தாற்போல் சொன்ன அகல்யா, "நான் கொடுக்காத வரையில் யாரும் என்மீது அதிகாரத்தைப் பெற முடியாது" என்று தெளிவுபடுத்துகிறாள்.

"விசாரணைக்கு சம்மதிக்காதே. அதிகாரத்திற்கு அடி பணியாதே" என்று எதிர்காலத்தை அறிந்தவள்போல் சீதையை ஆசீர்வதிக்கிறாள். பத்தினித்துவத்திலும், தாய்மையிலும் தான் பெண்மையின் சிறப்பு என்பதை மீறி சத்தியத்தைத் தேடுவதற்கு முனைய வேண்டும் என்று பூமியின் மகளுக்கு அகல்யா அன்று செய்த அறிவுரையில் இன்றளவும் எதிரொலிக்கும் பூமியின் ஓசை மறைந்திருக்கிறது.. "இறுதியில் இவ்வுலகம் முழுவதும் என்னுடையதே" என்று ஜானகி உணர்ந்து கொள்கிறாள். அவள் உலகம், கணவன், குழந்தைகள் என்று நின்றுவிடாமல் அற்புதமாக விரிவடைகிறது.

"சைகத கும்பம்" பாதி அறுந்த தலையுடன், சாவுக்கும் வாழ்வுக்கும் இடையே போராடிக்கொண்டு, மனதளவில் பெரும் வேதனைக்கு இலக்கான ரேணுகாவின் கதை. அவளுக்கு அதுவரையிலும் எல்லாமாக இருந்த கற்பும், தாய்மையும் ஒரே வெட்டில் சர்வ நாசமடைந்து விட்டன. ரேணுகாவின் மனதில் அடிப்படையான சில கேள்விகள் எழும்பின. சத்யம் (தர்மம் மாதிரி அல்லாமல்) அனுபவபூர்வமாகத் தெரியவரும் என்றும், எல்லோருடைய சத்தியமும் ஒன்று இல்லை என்றும், வாழ்க்கையின் அனுபவம் கூடக்கூட சத்தியம் மாறிக் கொண்டே வரும் என்றும் ரேணுகா தெரிந்து கொள்கிறாள். அதே விஷயத்தை அவள் சீதைக்கு சொல்கிறாள், இருந்தாலும் சொந்த அனுபவத்தில்தான் ரேணுகாவின் வார்த்தைகளின் உள்ளர்த்தத்தை சீதை முழுவதுமாக உணர்ந்து கொள்கிறாள்.

சீதை ராமனின் துணை இல்லாமலேயே லவ குசர்களை. வளர்த்தாள். பத்தினித்தன்மையின் மீதும், தாய்மையின் மீதும் சீதைக்கு எல்லா பிரமைகளும் நீங்கிவிட்டன. லவகுசர்கள் என்றைக்கு இருந்தாலும் க்ஷத்திரிய புத்திரர்கள்தான். ராஜ்ஜியத்தை ஆளுவதுதான்

அவர்களுடைய லட்சியம். ரகு வம்சத்தின் முன்னேற்றம்தான் அவர்களுடைய தர்மம்.

அதிகாரத்தைக் கேள்வி கேட்கும் பாதிக்கப்பட்டவர்கள், தாக்கப்பட்டவர்கள் போராட்டம் நடத்தி இறுதியில் தாமே அதிகாரத்தைக் கைப்பற்றிய பிறகு என்னவாகும்? துரதிர்ஷ்டவசமாக அவர்களுடைய சுயரூபம், சுபாவம் மாறிப் போய்விடும். அதிகார தாகம், பாதுகாப்பின்மை, கொடுங்கோல் மற்றும் ஜனநாயகமற்ற போக்கு, ஊழல் ... இவை எல்லாம் திரும்பவும் இடம் பிடித்துக் கொள்ளும். இந்த வகையில், உலகளவில் பெரும் மாற்றத்தை விரும்பும் சக்திகள் முழுவதுமாகத் தோல்வியுற்றன. இனி பெண்கள், பிற்படுத்தப்பட்ட வர்க்கத்தினர், மற்றவர்கள் இதற்கு மாற்று மதிப்பீடுகளை, செயல்பாடுகளை முன்மொழிவது சாத்தியமாகுமா? அல்லது வரலாறு உருவாக்கிய வளையத்தில் சிக்கிக் கொள்வார்களா? ஏமாற்றம் தரும் இந்த யதார்த்த சூழ்நிலையை உணர்ந்து கொள்ள வேண்டும் என்றால் அதிகாரத்தின் சுபாவத்தை, மனிதனின் போக்கைப் புரிந்து கொள்ள வேண்டும்.

விமுக்தா" என்ற கதையில், சீதை, ராமனுடன் இலக்குமணன் சென்றுவிட்ட பிறகு, இடைவிடாமல் பதினான்கு வருடங்கள் செய்த சத்திய தேடுதலில், தவத்தில் ஊர்மிளாதேவி தெரிந்து கொண்ட மாபெரும் விஷயம் இதுதான். "அதிகாரத்தை எடுத்துக் கொள். அதிகாரத்தை விட்டுக்கொடு. அப்போது உனக்கு நீ சொந்தமாவாய். உனக்கு நீ எஞ்சி இருப்பாய்" என்று மிகவும் எளிமையான மொழியில் இந்த மாபெரும் உண்மையை சீதாப்பிராட்டியிடம் தெரியப்படுத்துகிறாள் ஊர்மிளா. ஆனால் (காந்தி மகான் ஒருவரைத் தவிர) அதிகாரத்தை விட்டுக் கொடுப்பதற்கு எவரும் தயாராக இருப்பதுபோல் தோன்றவில்லை. எது எப்படி இருந்தாலும் போராட்டத்திற்கு பிறகு உருவாகும் பரிணாமத்தை, அதிகாரத்தின் சுய ரூபத்தை விவரிக்கும் உயர்ந்த கதை இது.

**** *** ***

ஓல்கா தன்னைப் பற்றி தான் ஒரு அரசியல் கதைசொல்லியாகத்தான் சொல்லிக்கொள்கிறார். அதனால் புராண பாத்திரங்களை ஏன் இப்படி வியாக்கியானம் செய்தாய்? வேறு விதமாக ஏன் எழுதவில்லை? என்று அவரைக் கேட்க நினைப்பதில் அர்த்தம் இல்லை. அவர் எந்த அரசியல் நோக்கத்துடன் இந்த முயற்சியைச் செய்தாரோ, அதனை பெருமளவிற்கு கலைத் திறனுடன், படைப்பாற்றலுடன் சாதித்து இருக்கிறார் என்பதில் எந்த சந்தேகமும் இல்லை. மார்க்ஸ் சொன்ன பொதுவான பிள்ளைப்பருவம், அதன்மூலமாக புராணங்களுக்கு ஏற்படும் ஈர்ப்பு சக்தியின் பின்னால்

பிள்ளப்பருவத்திற்கு உண்டான எளிமை அப்பாவித்தனம் செயற்கையின்மை இவையெல்லாம் இருக்கின்றன. "பிள்ளைப் பருவத்து அனுபவங்களை வேண்டியபோதேல்லாம் நினைவுப்படுத்திக் கொள்வதுதான் திறமை" என்று சொன்னாராம் போதிலேர்.

நம்மிடையே இன்னும் வலிமையாக இருக்கும் நிலவுடைமையை சார்ந்த, ஜனநாயகமற்ற, முரண்பாடு நிறைந்த அமைப்பில், சமூக கதைகள் சரித்திரக் கதைகளாகவும், சரித்திரக் கதைகள் புராணக் கதைகளாகவும் சட்டென்று உருமாற்றம் கொண்டுவிடும். உயிருடன் இருக்கும் போதே சிலைகள், கோவில்கள் உருவாகும். ஆனால் இந்தப் போக்கினை, பிரவாகத்தை எதிர்த்திசையில் திருப்பி விடுவதற்கு படைப்பாற்றலுடன் துணிச்சலும் இருக்க வேண்டும். இவை இரண்டும் ஓல்கா செய்த, செய்து கொண்டுவரும் சோதனைகளில் ஏராளமாக இருக்கின்றன. இந்தக் கதைகள் படிக்கும் போது நமக்கு தர்மம் வேறு, நியாயம் வேறு என்பது தெளிவாகப் புரியும். நியாயம் யார் பக்கம் இருக்கிறது என்றும் புலப்படும். புராண புருஷர்கள் தர்மத்தின் பக்கம் நிற்பவர்களாக இருந்தால், அநியாயத்தை புராண யுகத்திலிருந்து இன்று வரையில் எதிர்த்து நிற்பவர்களாகத் தென்படுவார்கள் பெண்கள். சிக்கல்கள், போராட்டம், விழிப்புணர்வு, பரிசோதனை .. இவைதான் இதிஹாசத்தில் ஓல்கா கண்டுபிடித்த வெளிச்சத்து கோணங்கள். கேள்வி கேட்பது, அதிகாரத்திற்கு சவால் விடுவது, எதிர்த்து நிற்பது இவை எதுவும் கூட மேற்கத்திய போக்குகள் அல்ல. பூர்ஷ்வாத்தனமும் அல்ல. புராணங்கள் அளவுக்குப் பழமையானவை. அதிகார பீடங்களுக்கு அருவருப்பு ஏற்படுத்தும் அளவுக்கு புதுமையானவை. எல்லோருக்கும் தெரிந்த கதைகளுடன் தொடங்கி, இருளில் சற்றுநேரம் உங்கள் கையைப்பற்றி, காட்டுக்குள் அழைத்துச் சென்று, அதற்கு பிறகு கொஞ்சம் வெளிச்சம் மங்கலாகத் தென்படும்போது உங்களை உங்கள் வழியில் விட்டுவிட்டு போய்விடுவார் ஓல்கா, ஜாக்கிரதை!

தெரிந்த விஷயங்களுடன் தொடங்கி, தெரியாத விஷயங்களை நோக்கி நாம் தத்தி தத்தி எடுத்துவைக்கும் அடிகளுக்கு கைகொடுக்கும் விதமாக எந்தக் கலைஞனாக இருந்தாலும் செய்யக் கூடியது அந்த அளவுதான். அவரவர் வழியை, சத்தியத்தை அவர்கள்தான் தேடிக்கொள்ள வேண்டும்.

புராணக் காப்பியங்களில் பெண்ணியத்தின் கோணங்களைத் தொட்டுப் பார்க்கும் இந்த முயற்சி, ஓல்கா செய்துவரும் நீண்ட ஆத்ம பரிசோதனையில் ஒரு பகுதியாகத் தோன்றுகிறது. புராண காலத்தில் பாதிக்கப்பட்டவர்களை எல்லாம் ஒரே சமூகமாக பார்க்கும் போக்கு இருந்திருக்கிறது. பெண்ணியம் தொடங்கிய முதல் கட்டத்தில்

நடந்ததும் அதுதான். எல்லாப் பெண்களுடைய ஒருமித்த முழக்கத்தில் பல மாறுபட்ட குரல்கள் இருப்பதை இப்போது எல்லோரும் அடையாளம் கண்டுகொண்டு இருக்கிறார்கள். பெரிய சித்தாந்தங்களும், இறுதித் தீர்வுகளும் காலாவதியாகிவிட்ட இந்த காலக்கட்டத்தில்.. நவீன வாழ்க்கையின் சிக்கல்களை தாம் படைக்கவிருக்கும் அரசியல் கதைகளில், நாவல்களில் ஒல்கா போன்ற எழுத்தாளர்கள் எவ்விதமாகக் கையாளப்போகிறார்கள் என்று பொறுத்திருந்து பார்க்கவேண்டும்.

முனைவர் யு. விந்தியா

முனைவர் யு. சுதாகர்

பொருளடக்கம்

	இதிகாசம் ஒரு புதிய பார்வை புதிய வெளிச்சம்	9
1.	இணைதல்	17
2.	மண்ணின் ஓசை	30
3.	மணல் குடம்	50
4.	மீட்சி	69
5.	சிறைப்பட்டவன்	84
6.	ராஜ்ஜிய அதிகார வரம்பிற்குள் ராமன் பெண்மையின் வரம்பிற்குள் சீதை	94

இணைதல்

சூரியன் அஸ்தமிக்கும் நேரம். கானகம் ஒரு பக்கம் சிவப்பு நிற வெளிச்சத்துடன், இன்னொரு பக்கம் கவிழ்ந்து வரும் இருளுடன் கருப்புப் புகையை ஊதிக்கொண்டு கனன்றுக் கொண்டிருக்கும் தீச்சட்டியைப் போல் இருந்தது. பறவைகள் கும்பல் கும்பலாக கூட்டை அடைந்து கொண்டிருந்தன. அவற்றின் சத்தத்துடன் வனம் முழுவதும் சந்தடியாக இருந்தது. மான்களின் கூட்டம் பகல் நேரத்து சோம்பேறித்தனத்தை விட்டுவிட்டு உற்சாகத்துடன் நிலவின் வெளிச்சத்தில் உலாவுவதற்குத் தயாராகிக் கொண்டிருந்தன. அந்த அடர்த்தியான கானகத்தில் அமைதியுடன், கண்ணுக்கு அழகாக, திறமையான ஓவியனின் சிருஷ்டியைப் போல் இருந்தது அந்த ஆசிரமம்.

ஆசிரமத்தில் மாலை நேரத்துப் பணிகள் துவங்கி விட்டிருந்தன. யாககுண்டங்கள் எரிந்து கொண்டிருந்தன. மந்திரங்களின் உச்சரிப்பு கம்பீரமாக, இனிமையாக ஒலித்துக் கொண்டிருந்தது. ஆசிரமத்தில் இருக்கும் பெண்கள் பழமரங்கள் மற்றும் பூச்செடிகளுக்குத் தண்ணீர் ஊற்றியபடி இளைப்பாறிக் கொண்டிருந்தார்கள். சிறுவர்கள் காட்டில் சுற்றியலைந்துவிட்டு திரும்பி வந்து தமக்காக வழிமேல் விழி வைத்துக் காத்திருந்த தாய்மார்களின் அணைப்பில் சிக்குண்டு கிடந்தார்கள். சில தாய்மார்கள் மாலை நேரத்து அனுஷ்டானங்களுக்காக அவசரப் படுத்திக் கொண்டிருந்தார்கள்.

அங்கே ஒரு சிறிய குடீரத்தில் தாய் ஒருத்தி காட்டு சஞ்சாரத்திலிருந்து இன்னும் திரும்பாத தன் குழந்தைகளுக்காக எதிர்பார்த்தபடி நின்றிருந்தாள். அந்தக் குழந்தைகள்மீது தன் உயிரை வைத்து அவள் வாழ்ந்து வருவது, அவள் கண்களைப் பார்த்தாலே புரிந்துவிடும். அந்தக் கண்களில் தவிப்பு, ஆர்வம். கருணையைப் பொழியும் அவள் கண்களில் முழுவதுமாக பயம் குடிகொண்டிருந்தது.

அந்தத் தாயின் பெயர் சீதை.

தன் இரு மகன்களுக்காக எதிர்பார்த்துக் கொண்டிருந்தாள்.

தினமும் இந்த நேரத்திற்கு இருவரும் காட்டிலிருந்து திரும்பி வந்திருப்பார்கள். வரும்போது ஏதேதோ காட்டுப் பூக்கள் கொண்டு வருவார்கள். அவற்றை அர்ச்சனைக்குப் பயன்படுத்தச் சொல்லி தாயை வேண்டுவார்கள். பெயர் தெரியாத பூக்களால் பூஜை

செய்யமாட்டேன் என்று சீதை சொல்லுவாள். அவ்விருவரும் சேர்ந்து அந்த பூக்களுக்கு விசித்திரமான பெயர்களைச் சூட்டுவார்கள். சீதை சிரித்தால் அவர்கள் முகத்தைத் தூக்கி வைத்துக் கொள்வார்கள். சீதை அவ்விருவரையும் கொஞ்சி அந்தப் பூக்களால் பூஜை செய்து அவர்களை சந்தோஷப் படுத்துவாள். இருள் அடர்ந்து வரும் நேரம் சிறுவர்கள் இருவரும் குரலை உயர்த்திப் பாடும்போது வனம் முழுதும் பரவசமடைந்து கேட்டுக் கொண்டிருக்கும்.

அந்த லவ குசர்கள் இன்னும் திரும்பி வரவில்லை. சீதையின் மனம் ஆபத்தை நினைக்கவில்லை. காடு அவர்களுக்கு நன்றாகப் பழக்கப் பட்டதுதான். அவர்கள் அங்கேயே பிறந்தார்கள். அங்கேயே வளர்ந்தார்கள். அவர்கள் வனத்தின் பிள்ளைகள். ஆனால் தாமதத்திற்கு காரணம் என்ன? அது தெரியாமல்தான் பயமும் சந்தேகமும். லவ குசர்கள் அயோத்திக்குப் போய்விட்டு வந்தது முதல் சீதையின் மனதில் குழந்தைகளைப் பற்றி அதுநாள் வரையில் இல்லாத கவலை குடிகொண்டு விட்டிருந்தது. மனதில் ஏதோ புரியாத கலவரம். இப்போதும் அதே கலவரம். காட்டைப் பற்றி அல்ல. நகரத்தைப் பற்றிதான். நேரமாக ஆக இருள் கூடியது. சீதையின் கண்களோ தீபங்களாக ஜொலித்துக் கொண்டிருந்தன.

அதற்குள் அந்த தீப ஒளியில் இரண்டு சிறுவர்கள் வந்து சேர்ந்தார்கள். சீதை பெருமூச்சு விட்டுக் கொண்டே இவ்வளவு தாமதம் ஏன் என்று கேட்டாள். லவன் “அம்மா! இங்கே பார்” என்றபடி தன் மேல் வஸ்திரத்தில் முடிச்சிட்டுக் கொண்டு வந்த பூக்களைத் தட்டில் கொட்டினான். நிமிடத்தில் பர்ணசாலை முழுவதும் இதற்கு முன்பு ஒருநாளும் உணர்ந்திராத சுகந்த பரிமளத்துடன் நிறைந்து விட்டது.

பூக்கள்... சிவப்பு, வெள்ளை, மஞ்சள் பூக்கள் தட்டு முழுவதும் மலர்ந்தபடி இருந்தன. அந்த நறுமணம் இதற்கு முன் கண்டிராதது. லவ குசர்கள் இருவரும் தாம் சாதித்துக் கொண்டு வந்த வெற்றிக்கு பெருமை கொள்வதுபோல் தாயைப் பார்த்தார்கள்.

“எங்கிருந்து கொண்டு வந்தீர்கள் இந்தப் பூக்களை? மிகவும் நன்றாக இருக்கின்றன” என்றாள் சீதை அவற்றை விரல்களால் மென்மையாக ஸ்பரிசித்துக் கொண்டே.

“அம்மா! இன்று காட்டில் ஒரு புதிய பூங்காவனத்தைக் கண்டுபிடித்தோம். அதுபோன்ற வனத்தை எங்கேயும் கண்டதில்லை. வால்மீகி தாத்தா அவர்கள் வர்ணிக்கும் நந்தவனம் கூட இதற்கு முன்னால் குறைவுதான்” என்றான் குசன்.

லவன் அண்ணனின் வார்த்தைகள் வலுப்படுத்துவது போல் கண்களாலேயே ஒப்புதலைத் தெரிவித்தான்.

"யாருடைய பூங்காவனம் அது குசன்?" கேட்டாள் சீதை.

"அம்மா! அந்தப் பூங்காவனம் எவ்வளவு அழகானதோ அதன் யஜமானியின் உருவம் அவ்வளவு விகாரம். நாங்கள் பூக்களைப் பறித்துக் கொண்டிருந்த போது அவள் வந்தாள். நாங்கள் பயந்து விட்டோம். அண்ணன் எப்படியோ தைரியத்தை வரவழைத்துக் கொண்டு 'நாங்கள் ஆசிரமத்து சிறுவர்கள். பூஜைக்காக பூக்களைப் பறித்துக்கொண்டோம்' என்று சொன்னான். நாங்கள் வேக வேகமாக அங்கிருந்து வந்து விட்டோம். அப்பப்பா! அந்த உருவத் தோற்றம் ரொம்ப விகாரம். குரூபி" அருவருத்துக் கொள்வது போல் சொன்னான் லவன்.

"தவறு கண்ணா! மனிதர்களின் தோற்றத்தைப் பார்த்து அவர்களை அருவருத்துக் கொள்ளக்கூடாது. அவள் குரூபியாக இருந்தாலும் இவ்வளவு நல்ல பூந்தோட்டத்தை வளர்த்து வருகிறாள் இல்லையா?"

"அவள் தோற்றம் எல்லாம் நன்றாகத்தான் இருக்கிறது அம்மா. ஆனால் மூக்கும் காதுகளும் இல்லை. யாரோ அறுத்து விட்டாற்போல் அந்த இடத்தில் பெரிய குழி." குசன் நெற்றியைச் சுளித்தான்.

சீதைக்கு திடீரென்று யாரோ தன் முதுகில் சாட்டையால் அடித்தது போல் இருந்தது.

"மூக்கும் காதுகளும் இல்லையா?"

"இல்லை என்றால்... முன்பு இருந்திருக்குமோ என்னவோ. யாரோ அறுத்து விட்டாற்போல் தென்பட்டது. அப்படித்தானே அண்ணா?" குசனிடம் சாட்சியம் கேட்டான் லவன்.

சீதைக்கு இப்போது உறுதியாகி விட்டது.

பதினெட்டு வருடங்களுக்கு முன் நடந்த கதை. ராமனை விரும்பி வந்தாள். எவ்வளவு அழகானவள்! ராம இலக்குமணர்களின் குரூரமான பரிகாசத்திற்கு இலக்காகி, பாவம்! குரூபியாகி விட்டாள். இப்போது அந்த சூர்ப்பனகை இந்தக் காட்டில்தான் இருக்கிறாளா? எவ்வளவு காலம் கழிந்து விட்டது!

சூர்ப்பனகையை ராமன் அவமானித்ததால் ராவணன் தன்னை அபகரித்து ராமன் மீது பகையைத் தீர்த்துக்கொள்ள நினைத்தான்.

ஆண்களின் பகையை, பழியைத் தீர்த்துக் கொள்வதற்கு பெண்கள்தான் கிடைத்தார்களா?

ராவணனின் தங்கை என்று தெரியாமல் இருந்திருந்தால் ராம இலக்குமணர்கள் சூர்ப்பனகையை அப்படிச் செய்திருக்க மாட்டார்கள். ராவணனைத் தூண்டிவிடுவது ராமனின் விருப்பம். அவனுடன்

சண்டைக்கு காரணம் தேடிக்கொண்டிருந்த ராமனின் தேடுதல் சூர்ப்பனகையால் நிறைவேறியது.

அதெல்லாம் அரசியல்.

பாவம் சூர்ப்பனகை! காதல் காதல் என்று புலம்பியபடி வந்தாள். மூக்கும் காதும் இல்லாத அந்த குரூபியை இனி யார் காதலிப்பார்கள்?

வாழ்க்கை முழுவதும் அன்பு இல்லாமையில் கழித்து விட்டாளா?

தன்னுள் இருந்த அன்பை எல்லாம் குழைத்து அந்த பூந்தோட்டத்தை உருவாக்கி இருக்கிறாளா?

தான் மிகவும் விரும்பும் அழகிற்கு எடுத்துக்காட்டாக அந்தத் தோட்டத்தை வளர்த்து வருகிறாளா?

அவளது மென்மையான இதயத்தின் பிரதிபலனா இந்த மலர்கள்?

பாவம் சூர்ப்பனகை!

சீதையின் கண்களில் கண்ணீரைப் பார்த்ததும் லவகுசர்கள் வியப்படைந்து போனார்கள்.

"என்னம்மா இது? யாரோ ஒருத்தி குரூபியாக இருப்பதைக் கேள்விப்பட்டதற்கு இவ்வளவு வேதனைப் படுவானேன்?"

சீதை கண்களைத் துடைத்துக் கொண்டு லேசாக முறுவலித்துவிட்டு

"நாளை என்னை அந்த பூங்காவனத்திற்கு அழைத்துப் போகிறீர்களா?" என்று கேட்டாள்.

லவகுசர்கள் நம்ப முடியாமல் ஒருவர் முகத்தை ஒருவர் பார்த்துக் கொண்டார்கள்.

"நிஜமாகவே நான் உங்களுடன் வருகிறேன். அழைத்துப் போகிறீர்களா? அந்த வழி நினைவு இருக்கிறதா?"

சீதையின் வார்த்தைகளுக்கு அண்ணன் தம்பிகளின் கொண்டாட்டம் வானத்தைத் தொட்டது.

தாய் தங்களுடன் காட்டில் உலவுவதற்கு வருகிறாள் என்றால் அவர்களின் மனம் பொங்கிப் பூரித்து விட்டது. தங்களுக்கு மிகவும் பரிச்சயமான காட்டுப் பிரதேசத்தைத் தாயிடம் காட்டவேண்டும் என்று இருவருக்கும் குதூகலம். ஆனால் சீதை என்றுமே வர மாட்டாள். எப்போதாவது போனாலும் ஆசிரமப் பெண்களுடன் சேர்ந்துதான். தாயின் கைகளைப் பற்றிக்கொண்டு அந்த அடர்ந்த காட்டில் அழைத்துச் செல்வோம் என்றும், அவள் பயந்து போய் விடாமல் தைரியம் சொல்வோம் என்றும், அதிசயங்களைக்

காட்டுவோம் என்றும் நினைத்துப் பார்க்கும்போது சிறுவர்களால் உற்சாகத்தைக் கட்டுப்படுத்த முடியவில்லை.

அந்த இரவு எப்போது விடியுமோ என்று காத்திருந்தார்கள்.

அன்று இரவு சீதைக்கும் பாரமாகவே கழிந்தது. எவ்வளவுதான் வேண்டாம் என்று நினைத்தாலும் கடந்த காலத்து நினைவுகள் கண்முன்னால் நிழலாடின.

ராமனுடன் சந்தோஷமாகக் கழித்த அந்த வனவாசத்து நாட்கள்!

சூர்ப்பனகையின் வருகை. எவ்வளவு நளினமாக நடந்து வந்தாள்!. கூந்தலில் வெள்ளை மல்லிகை மலர்கள், கழுத்தில் மஞ்சள் நிறத்தில் அரளிப் பூ மாலை. கைகளில் நீலாம்பரச் சரம். நடமாடும் பூங்கொடியைப் போல் அசைந்து வந்தாள். தன்னுடைய ஆபரணங்களை அதிசயமாகப் பார்த்தாள்.

நறுமணம், மென்மை இல்லாத அந்த பாரத்தை ஏன் சுமக்கிறாய் என்பது போல் பார்த்தாள். தன்னைப் பார்த்தாளே தவிர பேச்சு எதுவும் இல்லை. நேராக ராமனிடம் சென்றாள். இவர்களின் உரையாடலைக் காதில் வாங்கிக் கொண்டே ஏதோ வேலை செய்து கொண்டிருந்தாள். சற்று நேரம் கழிந்ததும் ஆசிரமத்தில் ரத்தவெள்ளம்.

இதயத்தைக் கசக்கிப் பிழியும்படி ஒரு பெண்ணின் ஓலம்.

எவ்வளவு சபித்திருப்பாள் அந்தச் செயலுக்கு?

அந்த சாபம் இன்னும் தன்னை விட்டு நீங்கவில்லை போலும்.

அவளை எந்த ஆண்மகனும் காதலிக்க மாட்டான்.

என்னைக் காதலிக்கும் ஆண்மகன் என்னை ஒதுக்கிவிட்டான்.

இருவரின் கதையும் கடைசியில் ஒன்றுதானா?

தன்னைப் பார்த்ததும் சூர்ப்பனகை என்ன சொல்லுவாள்?

தன்மீது கோபத்தினால் பேச மறுப்பாளோ? இருந்தாலும் பார்க்க வேண்டும். சூர்ப்பனகையைச் சந்திக்க வேண்டும்.

மறுநாள் காலையில் வேலைகள் எல்லாம் முடிந்தபிறகு சீதையை உடன் அழைத்துக்கொண்டு லவகுசர்கள் இருவரும் கிளம்பினார்கள்.

"அம்மா! இன்று உனக்கு என்னுடைய ராஜாவைக் காட்டுகிறேன்" என்றான் லவன்.

கானகத்தில் சுயேச்சையாகத் திரிந்துக் கொண்டிருந்த மதம் கொண்ட யானை ஒன்று லவனுக்கு வசியமாயிற்று

அதன் மீது ஏறி அண்ணன் தம்பி இருவரும் உலா வருவார்கள்.

"அம்மா! நீயும் ராஜா மீது ஏறமாட்டாயா?" கெஞ்சுவது போல் கேட்டான் லவன்.

"வேண்டாம் கண்ணா! எனக்கு நடப்பதுதான் பிடிக்கும்" என்றாள் சீதை, பட்டத்து யானை மீது ஊர்வலம் போன நாட்களை நினைத்துக் கொண்டே.

சீதைக்கு யானை என்றால் பயம் என்று எண்ணி விட்டார்கள் அண்ணன் தம்பி இருவரும்.

"பாவம்! அம்மாவுக்கு யானை மீது ஏறுவது எப்படி சாத்தியம்? பயமாக இருக்கும் இல்லையா?" தம்பியைக் கடிந்து கொண்டான் குசன்.

காட்டில் தங்களுக்குப் பழக்கப்பட்ட மிருகங்களை எல்லாம் தாய்க்கு அறிமுகம் செய்வித்தபடி நடத்திச் சென்றார்கள்.

குழந்தைகளின் பேச்சில் களைப்பே தெரியவில்லை சீதைக்கு,

"அதுதான் அம்மா அந்த பூங்காவனம்."

சீதை அப்படியே நின்று விட்டாள். இயற்கையின் முறுவலைப்போல் இருந்த அந்த தோட்டத்தைப் பார்க்கும்போது வார்த்தைகளே வரவில்லை. அசோகவனம் இதற்குமுன் ஒரு பொருட்டே இல்லை.

'சூர்ப்பனகை ஜன்ம சாபல்யம் அடைந்துவிட்டாள்' என்று நினைத்துக் கொண்டாள்.

"வா அம்மா! உள்ளே போகலாம்" என்று சொன்ன குழந்தைகளிடம்

"நான் ஒருத்தி மட்டுமே போகிறேன். நீங்கள் மாலை வரையில் காட்டில் உலாவி விட்டு வாருங்கள். சேர்ந்து ஆசிரமத்திற்குச் செல்வோம்" என்றாள்.

தொலைவில் ஒரு பெண்மணி தென்பட்டாள். அவள் முகம் வேறு பக்கம் திரும்பியிருந்தாலும், தோற்றத்தைப் பார்க்கும்போது அவள் சூர்ப்பனகையாகத்தான் இருக்கவேண்டும் என்று நினைத்தாள் சீதை.

அருகில் சென்று "சூர்ப்பனகை" என்று மெதுவாக அழைத்தாள்.

சூர்ப்பனகை பின்னால் திரும்பிப் பார்த்தாள். அவளால் சீதையை அடையாளம் கண்டுகொள்ள முடியவில்லை.

"யாரம்மா நீ? வழி தவறி வந்து விட்டாயா? என் பெயர் உனக்கு எப்படித் தெரியும்?" என்று கேட்டாள்.

"வழி தவறவில்லை சூர்ப்பனகை! வழியைத் தேடிக்கொண்டு வந்தேன். நான்தான் சீதை."

சூர்ப்பனகைக்கு வார்த்தைகளே வரவில்லை.

'சீதை! இவள் சீதையா! எவ்வளவு மாறிப் போய்விட்டாள்?'

உடல் முழுவதும் நகைகளுடன் பாரமாக இருக்கும் சீதையைத்தான் தனக்குத் தெரியும். அதுவும் அதிக நேரம் பார்த்தது இல்லை.

ராவணனை சம்ஹரித்து ஆர்ய சாம்ராஜ்யத்தை தெற்கு எல்லை முழுவதும் பரவச்செய்த மாபெரும் சக்கரவர்த்தி ஸ்ரீராமச்சந்திரனின் பட்டத்து ராணி சீதை இவள்தானா?

சூர்ப்பனகையால் நம்பமுடியவில்லை..

இந்த நார் புடவை என்ன? பூக்களால் செய்த இந்த ஆபரணங்கள் என்ன?

வெயிலுக்குக் கன்றிவிட்ட மேனியின் பொன்வண்ணம் என்ன?

இவள்தான் சீதையா? ஸ்ரீராமனின் மனைவி சீதை இவள்தானா?

"சீதை என்றால் ஸ்ரீராமச்சந்திரனின்....."

சூர்ப்பனகையை இடையிலேயே தடுத்து நிறுத்தி விட்டு....

"நான் சீதை. ஜனகனின் மகள். ஜானகி. பூமியின் புத்திரி" என்றாள் சுய அபிமானத்துடன்.

"பின்னே.. ஸ்ரீராமன்.?" சூர்ப்பனகைக்கு எல்லாமே குழப்பமாக இருந்தது.

"ஸ்ரீராமன் என்னைத் துறந்துவிட்டான். தற்போது வால்மீகி மகரிஷியின் ஆசிரமத்தில் தங்கியிருக்கிறேன்."

சூர்ப்பனகைக்கு வார்த்தைகளே வரவில்லை. ஸ்ரீராமன் சீதையைத் துறப்பதாவது? சீதை ராமனின் காதலைப் பற்றி அவளுக்குத் தெரிந்த அளவுக்கு வேறு யாருக்கும் தெரியாது. அதற்கு அவள் கொடுத்த விலை குறைவானது இல்லை.

ஸ்ரீராமனைக் காதலித்த பெண்களுக்கு வேதனை தப்பாதா?

சீதையின் முகத்தில் சூர்ப்பனகைக்கு அமைதியும் கம்பீரமும் தவிர வேதனையின் நிழல்கள் தென்படவில்லை.

சீதை மிகவும் உயர்ந்துவிட்டாள் என்று நினைத்தாள் சூர்ப்பனகை.

"நேற்று என் மகன்கள் உன் பூங்காவனத்தைப் பார்த்தார்கள். உன்னையும் பார்த்தார்கள். இன்று அவர்கள்தான் என்னை இங்கே அழைத்து வந்தார்கள். உன் தோட்டம் மிக அழகாக, அமைதியாக இருக்கிறது." முறுவலுடன் சொன்னாள் சீதை.

"அந்தச் சிறுவர்கள் உன்னுடைய மகன்களா? எவ்வளவு லட்சணமாக இருக்கிறார்கள்!" என்றாள் சூர்ப்பனகை.

சீதையின் முகத்தில் சிறிய அளவில் பெருமை உணர்வு தோன்றி மறைந்தது. அது சூர்ப்பனகையின் பார்வையிலிருந்து தப்பவில்லை.

"இந்த தோட்டத்தில் செடிகள், மரங்கள், கொடிகள் எல்லாமே என் குழந்தைகள்தாம்" என்றாள் சூர்ப்பனகை.

"ஆமாம். அதனால்தான் அவ்வளவு அழகாய் இருக்கின்றன." சீதை ஒப்புக்கொண்டாள்.

சூர்ப்பனகையின் கண்களில் பெருமிதம் வந்து குடிகொண்டது.

"சொல் சூர்ப்பனகை! உன் வாழ்க்கை எப்படி இருக்கிறது?"

"இந்த வனம் போல் அழகாக, ஆனந்தமாக இருக்கிறது."

"எனக்கு மகிழ்ச்சியாக இருக்கிறது சூர்ப்பனகை. உனக்கு நேர்ந்த அவமானத்திற்கு நீ என்னவாகி விடுவாயோ என்று நினைத்தேன். அழகைப் பற்றிய உன் தீவிர விருப்பம் எனக்குத் தெரியும். உன் குரூபித்தனத்தை உன்னால் சகித்துக் கொள்ளமுடியுமா? சகித்துக் கொள்ள முடியாமல் ஏதாவது வேண்டாத காரியம் செய்துகொண்டு விட்டிருப்பாயோ என்று உன் நினைவு வந்த போதெல்லாம் வேதனைப் படுவேன்."

தன் பக்கம் பார்த்த சீதையின் கண்களில் தென்பட்ட கருணைக்கும், அன்புக்கும் இளகிப் போய் விட்டாள் சூர்ப்பனகை.

அவ்விருவரின் இதயங்களில் நட்பு விதை முளைவிட்டு உடல்கள் சிலிர்த்தன.

"நீ மிகவும் தைரியமும் துணிச்சலும் கொண்டவள்" என்றாள் சீதை.

மனப்பூர்வமாக சீதை சொன்ன அந்த வார்த்தைகள் சூர்ப்பனகையின் மனதில் உத்வேகத்தை நிரப்பின. தன் வாழ்க்கைப் பயணத்தை சீதையிடம் சொல்ல வேண்டும் என்ற நட்பு கலந்த தவிப்பு இதயத்தில் எழும்பியது.

"என்னை இப்போது இப்படிப் பார்த்து விட்டு இதெல்லாம் எளிதாக நடந்தேறி விட்டதென்று எண்ணிவிடாதே சீதை! வாழ்க்கையை எதிர்கொள்வதில் நான் கரடுதட்டிப் போய்விட்டேன். அழகிற்கு அர்த்தம் தெரிந்து கொள்வதில்தான் ஆனந்தத்தை அடைந்தேன்.

"குரூபியான தொடக்க நாட்களில் வாழ்க்கை கொடுமையாகத்தான் இருந்தது.

“என் தோற்றம் எனக்கே அசிங்கமாக இருந்தது. என்னை நானே வெறுத்தேன். உயிரை மாய்த்துக் கொள்வதற்கு முயற்சி செய்த நாட்களும் உண்டு.

“எனக்கு அழகு வேண்டும். அன்பு வேண்டும். அவை இரண்டும் இல்லாமல் என்னால் உயிர் வாழமுடியாது. அப்படிப்பட்ட நான் குரூபியாகி விட்டேன்.

“என் உருவத்தைப் பார்த்து ஆண்கள், நான் மோகித்த அழகான புருஷர்கள் என்னை வெறுத்தார்கள்.

“இனி இந்த வாழ்க்கை எதற்கு என்று நினைத்தேன். அந்த நாட்கள் எனக்கு நரகத்திற்குச் சமமாக இருந்தன. என் மனம் நித்தியமும் வேதனையுடன், கோபத்துடன் கனன்று கொண்டிருந்தது. ஸ்ரீராமனை, அவன் தம்பியை, உன்னை எவ்வளவு சபித்தேன் தெரியுமா? விஷத்தைக் கொட்டினேன். உங்கள் மீது. என் மனதில் அன்பு லவலேசமும் இல்லாமல் போய்விட்டது. துவேஷம் இதயத்தில் நிரந்தரமாக குடிகொண்டு விட்டது. அழகை விரும்பும் நான் அழகாக இருக்கும் ஒவ்வொன்றையும் வெறுக்கத் தொடங்கினேன். அழகைப்பற்றி எனக்கு இருந்த விருப்பம் அழகிகளிடம் அசூயையாக மாறியது. நான் ஒரு நடமாடும் எரிமலையாகி விட்டேன். பொங்கி எழும் துக்கக் கடலாகி விட்டேன்.”

வேதனை நிரம்பிய சூர்ப்பனகையின் நினைவுகளால் இருவரின் மனமும் கனத்துவிட்டன

“அத்தனை வேதனையிலிருந்து எப்படி மீண்டு வந்தாய் சூர்ப்பனகை?”

“மிகவும் கஷ்டமாக இருந்தது. அழகிற்கு உண்மையான அர்த்தம் கண்டுகொள்வது மிகவும் சிரமமாக இருந்தது. அபூர்வமான அழகி என்று தற்பெருமைக் கொண்டவள். என் மூக்கைப் பார்த்து நான் எவ்வளவு பூரித்துப் போயிருக்கிறேனோ உனக்குத் தெரியாது. உங்கள் ஆரியர்களின் செதுக்கிய மூக்கின் அமைப்பு எனக்கு வேடிக்கையாக இருக்கும். வேடிக்கையிலும் ஒரு அழகு இல்லாமல் இல்லை. என் மூக்கு நீளமானது இல்லை. அதற்காக சப்பையானதும் இல்லை. மூக்கு எப்படி இருக்கவேண்டும் என்று அந்த ஈஸ்வரன் சிருஷ்டியை உருவாக்கும் முன் எண்ணியிருந்தாரோ அப்படிப்பட்ட மூக்கு என்னுடையது என்று எனக்கு மிகவும் கர்வம். மஞ்சள், வெள்ளை நிற காட்டுப்பூக்களை என் மூக்கிற்கு ஆபரணமாக அணிந்து கொள்வேன். மூக்கின் இரு பக்கங்களிலும் நட்சத்திரங்களாய் ஜொலிக்கும் அவை. என் காதலர்கள் என் மூக்கை மென்மையாக முத்தமிடும்போது என்னுள் ஊடுருவும் சிலிர்ப்பு.

“அந்த மூக்கை இழப்பது என்றால் என்னவென்று என்னைத் தவிர வேறு யாருக்கும் புரியாது. அதையெல்லாம் தாங்கிக் கொண்டேன். குரூபியானதில் வந்த வேண்டாத எண்ணங்களின் பாரத்தை முழுவதுமாகச் சுமந்தேன். சில சமயம் எல்லோரையும் குரூபியாக்கிவிட வேண்டும் என்று தோன்றியது.

“அந்த வெறியிலிருந்து வெளியேறுவதற்கு, திரும்பவும் அழகை நேசிப்பதற்கு, உருவத்திற்கும் அருவத்திற்கும் உள்ள உண்மையான சாராம்சத்தை கண்டு கொள்வதற்கு என்னுடன் நானே பெரிய யுத்தம் புரிய வேண்டியிருந்தது.

“அந்த யுத்தத்தில் எனக்கு உறுதுணையாக இருந்தது இந்த இயற்கை

“இயற்கைக்கு ரூபம், குரூபம் என்ற வேற்றுமை இல்லை என்று உணர்ந்து கொள்வதற்கு மிகவும் கஷ்டப்பட்டேன். பல விதமான பிராணிகளைக் கவனித்தேன். இயக்கம், அசைவற்ற தன்மை இவற்றின் ஒருமையைக் கண்டேன். நிறங்களின் ரகசியத்தை அறிந்தேன். இந்த விஷயத்தில் எனக்கு குரு என்று யாருமே இல்லை. எனக்கு நானே சோதனை செய்தேன். இயற்கையின் ஒவ்வொரு அணுவையும் சோதித்தேன். அந்த சோதனையில் என் பார்வையே மாறிவிட்டது. என் கண்களுக்கு எல்லாமே அழகாகக் காட்சியளித்தது. என்னுடன் சேர்ந்து எல்லாவற்றையும் வெறுத்துக் கொண்டிருந்த நான் என்னையும் சேர்த்து எல்லாவற்றையும் நேசிக்கத் தொடங்கினேன்.

“கூட இருக்கும் பறவைகளால் ஏதோ காரணத்தினால் கொத்திக் கொத்தி இறகுகள் பிடுங்கப்பட்டுவிட்ட சிறிய பறவையைப் பார்த்தேன். அது என்னுள் ஏற்படுத்திய தாக்கமும், உணர்வும் எவ்வளவு அன்பு நிறைந்ததோ அவ்வளவு அழகும் நிறைந்தது என்று உணருவதற்கும், புரிந்து கொள்வதற்கும் நான் செய்த சாதனை சாதாரணமானது இல்லை.

“நாளடைவில் என் கைகளை நேசிக்க கற்றுக் கொண்டேன். அந்த கைகளால் ஸ்ருஷ்டிப்பதற்கும், உழைப்பதற்கும், பணிவிடை செய்வதற்கும் கற்றுக் கொண்டேன். இதெல்லாம் நடப்பதற்கு பத்து வருடங்களுக்கு மேல் ஆயிற்று. பத்து வருடங்கள் கடினமான தீட்சை, உழைப்பு பலன் தந்த பிறகு இந்த தோட்டத்தை வளர்க்கத் தொடங்கினேன்.”

தன் வாழ்க்கையின் பயணத்தை சீதையின் முன்னால் விளம்பினாள்.

“நீ எவ்வளவு அழகாக இருக்கிறாய் சூர்ப்பனகை! உன் அழகை எந்த ஆண்மகனாலும் உணர முடியாமல் போனாலும்.”

சீதையின் குரல் கம்மியது.

தான் கடந்து வந்த அக்கினிப்பரீட்சைக்கு சூர்ப்பனகைச் சந்தித்த பரீட்சை குறைவானது இல்லை என்று நினைத்ததும் சீதையின் கண்களில் நீர் தளும்பியது.

சூர்ப்பனகை அழகாக, சந்தோஷமாக சிரித்தாள்.

"ஆண்களுக்கு மட்டும் கண்கள் இருக்காதா? மனம் இருக்காதா? குரூபி ஆக்குவது, அவர்களை அருவருத்துக் கொள்வது மட்டுமே தெரிந்த ஆண்களைப் பற்றி இல்லை."

"அப்படி என்றால்.." சீதை நிறுத்தி விட்டாலும் அவளுடைய அபிப்ராயம் புரிந்து விட்டது.

"உன் ஊகம் சரிதான் சீதை! எனக்கு ஒரு ஆண்மகனின் சகவாசம் கிடைத்தது. என் கைகளிருந்து இயற்கைக்குள் பிரவகிக்கும் சௌந்தரியத்தை சற்று நேரம் தனதாக்கிக் கொண்டு, தன்னை எனக்கு அர்ப்பணம் செய்து கொள்ளும் அதிர்ஷ்டசாலி இருக்கிறான்" என்ற சூர்ப்பனகை குரலை உயர்த்தி "சுதீரா!" என்று அழைத்தாள். பெயருக்கு ஏற்றாற்போல் திடமாக இருந்த ஆண்மகன் ஒருவன் அங்கே வந்தான்.

"இவள்தான் சீதை."

சுதீரன் பணிவுடன் வணங்கினான்.

"சீதைக்கு உன்னைக் காட்டவேண்டும் என்பதற்காகத்தான் உன்னை அழைத்தேன்."

அதைச் சொன்னதும் சுதீரன் திரும்பிப் போய் விட்டான். அந்த சிறிய செயலுடன் இதற்கு முன்னால் எந்த ஆண் பெண்ணுக்கும் இடையே தான் பார்த்திராத பந்தம் ஏதோ இவர்களுக்கு நடுவில் இருப்பது போல் சீதைக்குத் தோன்றியது.

"உன் வாழ்க்கையை சாபல்யம் ஆக்கிக் கொண்டுவிட்டாய், அப்படித்தானே."

"சாபல்யத்திற்கு அர்த்தம் ஆணுடைய சகவாசத்தில் இல்லை என்று உணர்ந்து கொண்டேன். அது தெரிந்த பிறகு எனக்கு இந்த ஆண் மகனின் சகவாசம் கிட்டியது."

சீதை சூர்ப்பனகையின் பேச்சைக் கவனமாக கேட்டுக் கொண்டிருந்தாள். ஏதோ விவேகம், கம்பீரம் அந்த வார்த்தைகளில். கேட்கக் கேட்க கேட்டுக் கொண்டே இருக்கவேண்டும் போல் இருந்தது.

'சீதை! நீ.."

"மகன்களை வளர்ப்பதில் என் வாழ்க்கை அர்த்தமுள்ளதாக இருக்கிறது."

"அதுதான் உன் வாழ்க்கையின் லட்சியமா?"

"ஆமாம். நான் ராமனின் மனைவி. பட்டத்து ராணியாக என் கடமைகளை நிறை வேற்ற முடியாமல் போனாலும், ராம ராஜ்ஜியத்திற்கு வாரிசுகளை கொடுக்க வேண்டும் இல்லையா?"

"ஒரு நாளும் ராஜ்ஜியத்தில் வசிக்காமல் போனாலும் உன் வாழ்க்கை ராஜ்ஜியத்துடன் எப்படிப் பிணைந்து விட்டது என்று பார்த்தாயா சீதை?"

"ராஜ பத்தினி என்று ஆகிவிட்ட பிறகு தவிர்க்க முடியாது இல்லையா?" சிரித்தாள் சீதை.

"ஏனோ எனக்கு ஆதியிலிருந்தே ராஜ்ஜியம் என்றால் பயம். என் அண்ணன் எவ்வளவு சொன்னாலும் அரண்மனையில் தங்கியிருக்கவில்லை. காட்டில் சுற்றுவதில் இருக்கும் நிம்மதி வேறு எங்கேயும் கிடைக்காது.'

"எனக்கும் காட்டு வாசம்தான் பிடிக்கும். ராமன் துறந்து விட்டாலும் இந்த வனவாசம்தான் என் வேதனையைக் குறைத்தது."

அவர்களுடைய பேச்சில் சமயம் போனதே தெரியவில்லை.

"என் குழந்தைகளுக்கு அவர்கள் ஸ்ரீராமனின் மகன்கள் என்று தெரியாது. நான் சொல்லவில்லை. சமயம் வரும்போது தெரியும்."

"தெரிந்த பிறகு அவர்கள் ஒரு நொடியாவது காட்டில் தங்கி இருப்பார்களா?'' சூர்ப்பனகை சீதையை இரக்கத்துடன் பார்த்தாள்.

"அவர்களுக்கு காட்டில் வசிப்பதுதான் பிடிக்கும்." பலவீனமான குரலில் சொன்னாள் சீதை.

"அவர்களுக்கு விருப்பமாக இருக்கலாம். ஆனால் ராஜ்ஜியத்திற்கு காடுகளிடம் என்ன அன்பு இருக்கும்? நகரத்தை விருத்தி செய்வதற்கும், நாட்டு மக்களைக் காப்பாற்றுவதற்காகவும் காட்டு மகன்கள் புலம்பெயர்ந்து போகாமல் இருக்க முடியுமா?"

போகாமல் முடியாது என்று சீதைக்கும் தெரியும்.

"அப்போது என்ன செய்வாய் சீதை? தனியாக வால்மீகியின் ஆசிரமத்தில் இருந்து விடுவாயா?"

"இல்லை சூர்ப்பனகை! என் தாய் பூமாதேவியின் மடியில் அடைக்கலம் பெறுவேன்."

"உன் தாய் எங்கேதான் இல்லை சீதை? உன் தாய்க்கு இதைவிட அழகானத் தோற்றம் வேறு எங்கேயும் இருக்காது என்பது என் உத்தேசம்.' பெருமையுடன் தோட்டம் முழுவதும் விழிகளை சுழற்றிப் பார்த்தாள் சூர்ப்பனகை.

சூர்ப்பனகையின் எண்ணம் புரிந்து விட்டாற்போல் முறுவலித்தாள் சீதை. எதிர்பாராமல் கிடைத்த இந்த ஆதரவிற்கு சீதையின் மனம் பூரித்துப் போயிற்று. உடன் பிறவா சகோதரி உணர்வால் மனம் முழுவதும் நிரம்பி விட்டது.

"கட்டாயம் வருகிறேன் சூர்ப்பன்கை! என் குழந்தைகள் என்னை விட்டுவிட்டு நகரத்திற்கு சென்ற பிறகு நான் பூமியின் மகளாகி விடுவேன். இந்த குளிர்ந்த மரங்களின் நிழலில் இளைப்பாறிக் கொண்டு வாழ்க்கைக்கு ஒரு புதிய அர்த்தத்தை ஏற்படுத்தி கொள்கிறேன்."

குழந்தைகள் வந்து விட்டதால் அவர்களின் உரையாடல் நின்று விட்டது. சூர்ப்பனகை அவர்களுக்கு இனிமையான பழங்களைக் கொடுத்தாள். அவர்கள் அவற்றை விரும்பிப் புசித்தார்கள்.

'யாரம்மா அவள்?" வழியில் தாயிடம் கேட்டார்கள்.

"எனக்கு மிகவும் வேண்டப்பட்டவள் கண்களா! ரொம்ப நெருங்கியவள்."

"பின்னே எங்களிடம் ஒரு நாளும் சொன்னதே இல்லையே?"

"சமயம் வரும் போது எல்லாம் தெரியும். ஆனால் கானகத்தில் இந்த பூங்காவனத்தின் பாதையை மட்டும் ஒருநாளும் மறந்து விடாதீர்கள். நீங்கள் எங்கே சென்றாலும், என்ன செய்தாலும் இந்த வழியை மட்டும் மறக்காதீர்கள். மறக்க மாட்டீர்கள் இல்லையா?"

"மறக்க மாட்டோம் அம்மா" தாயிடம் வாக்கு கொடுத்தார்கள் லவகுசர்கள்.

மண்ணின் ஓசை

ஜனகரின் அரச மாளிகை இசை நாட்டியங்களுடன், மலர்களின் நறுமணத்துடன் ஜொலித்துக் கொண்டிருந்தது. ஆனந்த சாகரத்தில் மிதக்கும் தீபங்கள் நிறைந்த கப்பல் போல் இருந்தது அந்த மாளிகை.

இருக்காதா பின்னே? ஜனகரின் அன்பு மகள் சீதைக்கு, இனியவனும், சிவ தனுசை முறித்தவனும் ஆன ஸ்ரீராமச்சந்திரனுடன் திருமணம் நடந்தது. சீதையுடன், அவள் தங்கைகளுக்கும் ராமனின் தம்பிகளுடன் விவாகம் நடந்தேறியது. பரஸ்பரம் நட்பு கலந்த அரவணைப்புகளில் நகரம் முழுவதும் பரவசத்தில் திளைத்திருந்தது.

நள்ளிரவில் சந்தடி அடங்கியது. இரவு நேரத்தில் விழித்துக் கொண்டு அந்தப்புர பணிகளை நிறைவேற்றிக் கொண்டிருந்த சேடிகளின் காலடிச் சத்தத்தைத் தவிர வேறு சத்தம் இருக்கவில்லை. நிசப்தம் நிறைந்திருந்த அந்த முதலிரவு நேரத்தில் இளம் ஜோடிகள் பரஸ்பரம் கண்களுக்குள் ஊடுருவிப் பார்த்தபடி மெய்மறந்து கொண்டிருந்தார்கள்

சீதைக்கு இரண்டு நாட்கள் போவதற்குள் ராமனுடன் பேச்சுக்கு பதில் பேச்சு சொல்லி பரிகாசம் செய்யும் அளவுக்கு நெருக்கம் ஏற்பட்டு விட்டது. சீதையின் அழகை என்ன செய்துகொள்வது என்று தெரியாத அப்பாவித்தனத்திலிருந்து மீண்டுவிட்டிருந்தான் ராமன்.

நள்ளிரவு தாண்டிவிட்டாலும் உறங்க வேண்டும் என்ற நினைப்பு இருவருக்குமே இருக்கவில்லை. ஏதேதோ பேச்சுக்கள், பரிகாசங்கள், தேவைக்கு அதிகமான சிரிப்புகள், தேவையற்ற சிறுகோபங்கள், எல்லை மீறிய கொஞ்சல்கள். விசாலமான அந்த அறை காதல் உவகையுடன், உற்சாகத்துடன் பொங்கி பூரித்துக் கொண்டிருந்தது.

விஸ்வாமித்திரனுடன் சென்று தான் பல அரக்கர்களைக் கொன்றதையும், அனாயாசமாக வதம் செய்ததையும் சற்று மிகைப் படுத்தியபடி ராமன் சொல்லிக் கொண்டிருந்தான். ஆனால் சீதைக்கு அந்த நேரத்தில் கொலையைப் பற்றிய செய்திகள் கேட்க வேண்டும்போல் இல்லை. மெதுவாக ராமனைத் தடுத்துவிட்டு,

"கானகத்தில் இந்த கொடூரத்தைத் தவிர வேறு அற்புதம் எதுவும் நிகழவில்லையா?" என்று கேட்டாள் ராமனின் கேசங்களை கலைத்துக் கொண்டே.

"ஏற்கனவே மேனியின் நிறம் கருமை. நீ இப்படி கேசத்தை முகத்தின் மீது இழுத்தாய் என்றால் தென்படாமல் போய்விடுவேன்" என்று சீதையின் கையை நகர்த்தியவன், "அற்புதம் என்றால் நினைவிற்கு வந்துவிட்டது. சீதை! ஒரு அற்புத சௌந்தர்யவதியைக் கண்டேன் அந்த கானகப் பயணத்தில்" என்றான்.

சீதையின் முகம் வாடிவிட்டது. ராமன் தன்னைக் காண்பதற்கு முன்னால் வேறொரு அழகி எவளையோ காண்பதாவது?

சீதையின் முகத்தில் ஒளி குன்றியதை ராமன் கவனித்து விட்டான். வேடிக்கையாகக் கூட பரஸ்த்ரீயின் அழகைப் புகழ்ந்து சீதையின் மனதை நோகடிக்கக்கூடிய வயதோ, மனமோ ராமனுக்கு இன்னும் வரவில்லை. அதனால் சீதையிடம் உள்ளது உள்ளபடி விஷயத்தைச் சொன்னான்.

"அவளைப் பார்த்ததுமே கையெடுத்து வணங்கத் தோன்றியது. அவள் ஒரு ஆசிரமத்தைச் சேர்ந்த பெண்மணி அகல்யா என்று பெயர். அவளுடைய பெரிய கண்களைப் பார்த்ததும் நெருப்பையும் குளிர்ச்சியையும் தன்னுள் அடக்கிக் கொண்ட கடலின் ஆழம் நினைவுக்கு வந்து ஒரு நிமிடம் பயமாக இருந்தது. அவள் இதழ்களில் அந்த முறுவலுக்கு பொருள் இன்றும் எனக்குத் தெரியவில்லை. கோபம், பற்றற்றத்தன்மை, வேதாந்தம், கருணை, அன்பு எல்லாமே இருந்தன அதில். மேனியின் முதிர்ச்சி வெறும் உடலுக்கு மட்டுமே சேர்ந்தது இல்லை. மனதையும், உடலையும் கடினமான தீட்சையால் வசப்படுத்திக் கொண்ட முதிர்ச்சி அது. அவளை அப்படியே பார்த்துக் கொண்டிருக்க வேண்டும்போல் தோன்றியது. என்னை அறியாமலேயே கைகளை உயர்த்தி அந்த பெண்மணியை வணங்கினேன். தேவதையைப்போல் பிரசன்னமாகச் சிரித்தாள் அவள். அந்த வினாடிகளைச் சிதைத்தவண்ணம் விஸ்வாமித்ர மகரிஷி என்னை முன்னோக்கி நடத்திச் சென்று உண்மை விஷயத்தை சொன்னார். மனம் கசந்து விட்டது. அந்த சௌந்தரியத்திற்கு பின்னால் ஒழுக்கம் இல்லையென்று தெரிந்த பிறகு எனக்கு வேதனையாக இருந்தது ஆனால் அவளை, அந்தக் கண்களை, அந்த முறுவலை மறக்க முடியவில்லை."

சீதை ஆர்வத்துடன் கேட்டுக் கொண்டிருந்தாள்.

அகல்யா! மிக அழகான பெயர். ஏர் கொண்டு உழப்படாத பூமி என்று பொருள்.

'நானோ ஏர் பூட்டி உழும்போது கிடைக்கப் பெற்ற பூமாதேவியின் மகள். அவளோ ஏர்முனையின் தாக்குதலையே அறியாதவள். ஒழுக்கம் இல்லையென்றால் என்ன அர்த்தம்? அந்த விஷயத்தைக் கேட்கலாமா?'

சீதை யோசனையில் ஆழ்ந்து விட்டதைக் கவனித்த ராமன் அவளை மார்போடு தழுவிக் கொண்டு "நான் உன் பக்கத்தில் இருக்கும் போது உன் மனம் வேறு எங்கேயோ இருக்கக்கூடாது. உன் மனம் ஒரு நொடி என்னிடமிருந்து விலகினால்கூட என்னால் சகித்துக் கொள்ள முடியாது" என்றான்.

அன்புடன்தான் என்றாலும் ஏதோ உறுதியான ஆணை அந்த குரலில் ஒலித்தது. கலவரமடைந்த சீதை தன் மனதில் இருந்த எண்ணத்தை மளமளவென்று வெளியில் சொல்லி விட்டாள்.

"என் மனம் எங்கேயும் செல்லவில்லை. தாங்கள் சொன்ன அகல்யாவைப் பற்றித்தான் யோசித்துக் கொண்டிருக்கிறேன். ஒழுக்கம் இல்லையென்றால்..."

"சீதை! நீ இன்னும் சிறியவள். இதெல்லாம் உனக்குப் புரியாது. இது போன்ற விஷயங்கள் உன் காதில் விழக்கூடாது. நீ பேசவும் கூடாது."

சீதையின் இதழ்களை தன் இதழ்களால் மூடிவிட்டான் ராமன். அந்த மயக்கத்தில் சீதை எல்லாவற்றையும் மறந்து விட்டாள்.

*** *** ***

அயோத்தியில் சீதைக்கு நாட்கள் கடப்பதை உணரும் சாவகாசம் இல்லாமல் காலம் கழிந்து கொண்டிருந்தது. ராமனின் அன்பு அவளைத் திணற அடித்தது. மாமியார்கள் கொடுக்கும் செல்லத்திற்கு அளவேயில்லை. பிறந்தவீட்டைப் பற்றிய ஏக்கத்திற்கு இடமே இருக்கவில்லை. தங்கைகளும் இங்கேயே இருந்தார்கள். நாளுக்கொரு விதமாக பூக்களால் அலங்காரம் செய்யும் சேடிகளைப் பாராட்டுவதைத் தவிர வேறு வேலை எதுவும் இல்லை.

அப்படிப்பட்ட சந்தோஷமான காலகட்டத்தில் ஒருநாள் கௌசல்யா சீதையை தன் மாளிகைக்கு வரச்சொல்லி அழைப்பு விடுத்தாள். சீதை தகுந்தவாறு அலங்காரம் செய்துகொண்டு சென்று கௌசல்யாவை வணங்கினாள்.

சிற்றரசு ராணிகள் சிலர் சீதையைக் காண்பதற்காக வந்திருந்தார்கள். அவர்கள் சீதையைப் பார்த்து ஈர்க்கபட்டவர்களாய் அவளுடைய அழகை கௌசல்யாவின் இதயம் பூரித்துப் போகும் அளவுக்கு வர்ணித்தார்கள்.

"எங்கள் சீதை பூமா தேவியின் புத்ரி" என்றாள் கௌசல்யா பெருமையுடன்.

"நாங்களும் கேள்விப்பட்டோம். ஜனக மகாராஜாவின் அதிர்ஷ்டம். அதுதான் அழகில் அகல்யாவையும் மிஞ்சி விட்டாள்." என்றாள் ராணிகளில் ஒருத்தி.

சீதை திடுக்கிட்டாள். அகல்யா! ராமன் புகழ்ந்த அகல்யாவை இவர்களுக்கும் தெரியுமா?

வந்த விருந்தாளிகள் சென்று விட்டார்கள். கௌசல்யா பணிப்பெண்களை அழைத்து சீதைக்கு திருஷ்டி கழிக்கச் செய்தாள்.

"உன்னைக் காண்பிக்காமல் இருக்க முடியவில்லை. அவர்களுடைய கண்பட்டுவிடுமோ என்று பயப்படாமலும் இருக்க முடியவில்லை." சிரித்தாள் கௌசல்யா.

"அகல்யா யார் அத்தை?" தயங்கிக் கொண்டே கேட்டாள் சீதை.

"கௌதம மகரிஷியின் மனைவி. அபூர்வமான அழகு. அழகிற்குத் தகுந்த ஒழுக்கம். அப்படியும் பாவம், சாபத்திற்கு ஆளாகி விட்டாள்."

"என்ன நடந்தது அத்தை?"

"சொல்ல என்ன இருக்கிறது? அழகான பெண்களை போகப்பொருளாக ஆண்கள் நினைப்பார்கள் இல்லையா! இந்திரனுக்கு அவள் மீது மோகம் ஏற்பட்டது. ஒருநாள் கௌதமர் ஆசிரமத்தில் இல்லாத நேரமாகப் பார்த்து கௌதமரைப்போல் வேடமணிந்து வந்தான் இந்திரன். கணவன்தான் என்று எண்ணிவிட்டாள் அகல்யா. அவன் விருப்பம் நிறைவேறியது. அந்த நேரத்தில் கௌதம மகரிஷி வந்ததும் விஷயம் வெளிப்பட்டுவிட்டது. மகரிஷி அவளைத் துறந்தார். நடந்ததை அறிந்துகொண்ட அகல்யா சலனமற்ற கல்லாகிவிட்டாள். இன்றோ, நம் உலகில் இல்லாமல், வீடு வாசல் எதுவும் இல்லாமல், வெயில், மழை, குளிர் எதுவும் வித்தியாசம் தெரியாமல் காட்டில் இருக்கிறாள். யார் கண்ணிலும் படுவதில்லை."

சீதையின் கண்களில் கண்ணீரைப் பார்த்ததும் கௌசல்யா நிறுத்திவிட்டு தான் செய்த காரியத்திற்கு நொந்து கொண்டாள்.

"சிறியவள் நீ. உன்னிடம் இதையெல்லாம் சொல்லித் தவறு செய்துவிட்டேன். யாருடைய தலையெழுத்து எப்படி இருக்கிறதோ அதன்படிதான் நடக்கும். நாம் செய்யக் கூடியது எதுவும் இல்லை. தலையில் எழுதி இருப்பதை யாராலும் மாற்றமுடியாது, மறந்து விடம்மா. அந்த துரதிர்ஷ்டசாலியை மறந்து விடு." இப்படிச் சொல்லிக் கொண்டே சீதையின் மனதை திசைதிருப்புவதற்காக மாளிகைக்கு வெளியே பேசும்கிளி இருந்த கூண்டின் அருகில் அழைத்துச் சென்றாள்.

அந்தக் கிளி கௌசல்யா பேச்சை நிறுத்தியதும் சீதையின் பக்கம் திரும்பி "சீதா... கீதா, சீதா ... கீதா, ரதி .... விதி, ரதி...விதி" என்று மொழிந்து விட்டு வேடிக்கை செய்வது போல் சிரித்தது.

சீதை பயந்து போனவளாக கௌசல்யாவின் பின்னால் நின்றுகொண்டு “நான் என் மாளிகைக்குப் போகலாமா அத்தை?” என்று அனுமதி கேட்டாள்.

கிளியின் அதிசயமான நடவடிக்கையைக் கண்டு கௌசல்யாவிற்கும் பயம் சூழ்ந்து கொண்டது “வா சீதை! நானும் உடன் வந்து ராமனையும் உன்னையும் கண்குளிரப் பார்த்துக்கொள்கிறேன்” என்றவாறு, பின்தொடரப்போன பணிப்பெண்களைத் தடுத்துவிட்டு சீதையும் ராமனும் வசிக்கும் மாளிகையை நோக்கி நடந்தாள்.

ராமனுக்காக மதியம் முதல் காத்திருந்தாள் சீதை. கௌசல்யா ராமன் இல்லையென்று தெரிந்தபிறகு மாலை வரையில் சீதையுடன் தங்கியிருந்தாள். பூஜைக்கு நேரமாகி விட்டதென்று புறப்பட்டவள் மறுநாள் சீதையை ராமனை தன் மாளிகைக்கு வரச் சொல்லி அழைப்பு விடுத்தாள்.

அப்பொழுது முதல்.....

சீதையின் மனம் முழுவதும் அமைதியின்மை பரவியது. அகல்யாவின் கதை நினைவுக்கு வந்தபோது பயம், இரக்கம், துக்கம். அவள் ஒழுக்கமற்றவள் என்று ராமன் ஏன் சொன்னான் என்று தெரியாததால் கோபம். மாமியார் அவளை ஒழுக்கம் நிறைந்தவள் என்று சொன்னாள் இல்லையா. நடந்ததில் அவளுடைய தவறு இல்லாதபோது ராமன் அப்படிச் சொல்வானேன்? பாவம் அகல்யா! அவள் தலையெழுத்து அப்படி இருக்கிறதென்றாள் மாமியார். அந்த கிளி ஏன் அப்படிச் சொன்னது? ‘சீதா..கீதா, ரதி...விதி’ கிளியின் பேச்சு நினைவுக்கு வந்ததும் பயத்தினால் சீதையின் உடல் நடுங்கியது. பிளந்து விடுவது போல் தலை வலித்தது. அந்த வலியுடன் உறங்கி விட்டாள்.

*** **** ****

அந்தப்புரத்தின் சோகக் கடல்களைத் தாண்டி, நதியின் கரையை அடைந்து, உடன் வந்த முக்கியமானவர்களுக்கு விடை கொடுத்து படகில் ஏறிக்கொண்ட பிறகுதான் சீதையின் மனம் இளைப்பாறியது.

“நடந்தது நடந்து விட்டது. ராமனுடன் சேர்ந்து தான் எங்கே இருந்தால் என்ன? அந்தப்புரங்கள் எல்லாம் சிறுவயது முதல் பழக்கப் பட்டவைதானே. இந்த நதிகள், காடுகள், மலைகள் இவற்றில் இருக்கும் சுகத்தை, சந்தோஷத்தை அனுபவிப்போம். அரசியல் இடையூறு இல்லாமல் ராமனின் அன்பு முழுவதும் தனக்குச் சொந்தமாகிவிடும்.”

இருப்பதைக் கொண்டு சந்தோஷப்படுவது சீதையின் சுபாவம். நாட்டிலிருந்து காட்டுக்குப் போகும்போது, அவளுக்கு தன்னுடைய சொந்தமான இடத்திற்குப் போகும் உணர்வுதான் ஏற்பட்டதே தவிர

வேறு ஏதோ தெரியாத இடத்திற்கு பயணமாகிறோம் என்ற உணர்வு ஏற்படவில்லை. ராமனிடம் சொன்ன போது "நீ பூமியின் மகள் இல்லையா? எல்லாம் உன் சாம்ராஜ்ஜியம்தான்'' என்றான் முறுவலுடன். சீதைக்கு மீண்டும் அகல்யாவின் நினைவு வந்தது. தன்னை யாராவது பூமியின் மகள் என்று சொல்லும்போது அகல்யாவின் நினைவு ஏன் வருகிறது என்று சீதைக்குப் புரிந்தும் புரியாமலும் இருந்தது. பயணம் தொடர்ந்து கொண்டிருந்தது.

கானகத்தில் ஆசிரமங்கள் கண்ணில்பட்ட போதெல்லாம் ராமன் நின்றுவிட்டான். முனிவர்களை தரிசனம் செய்துகொண்டு சுக துக்கங்களை விசாரித்து தெரிந்துகொண்டான். அரக்கர்களால் தங்களுக்கு ஏற்படும் இன்னல்களைப்பற்றி அவர்கள் சொன்னபோதெல்லாம் ராமனின் கை வில்லின்மீது இறுகியது. சீதை முனிபத்தினிகளை சந்தித்து அவர்கள் தயாரிக்கும் உணவு முறைகளைப்பற்றிக் கேட்டுத் தெரிந்துகொண்டாள்.

ஆக மொத்தம் சீதைக்கு காலம் நிம்மதியாகக் கழிந்து கொண்டிருந்தது. ஒரு முனிவரின் ஆசிரமத்தில் இரண்டு நாட்கள் தங்க வேண்டுமென்று அண்ணன் தம்பி இரண்டு பேரும் முடிவு செய்தார்கள். அந்த சுற்று வட்டாரத்தில் இருக்கும் அரக்கர்களின் விவரங்களை சேகரிக்க வேண்டும் என்பது அவர்களின் முயற்சி. காலையில் பூஜைகளை முடித்துக்கொண்டு அண்ணன் தம்பி புறப்பட்டு விட்டார்கள். சீதை முனிவரின் பத்தினிக்கு உதவி செய்ய முயன்றபோது அவள் தடுத்துவிட்டாள். அத்துடன் சீதை அந்த ஆசிரம வட்டாரத்தில் அருவி ஒன்று இருப்பதைத் தெரிந்துகொண்டு அடையாளத்தை விசாரித்துக்கொண்டு அந்த இடத்திற்குக் கிளம்பினாள்.

அது மிகத்தொலைவும் இல்லை. அது பெரிய அருவியும் இல்லை. ஆனால் ரொம்ப அழகான இடம். அருவியிலிருந்து தூய்மையான தண்ணீர் சிறிய ஓடை போல் பிரவகித்துக் கொண்டிருந்தது. அந்த பிரவாகத்தின் அடியில் வண்ண வண்ண கற்கள். தகதகவென்ற சூரிய கிரணங்கள் பட்டு ரத்தினங்களைப்போல் மின்னிக் கொண்டிருந்தன. அந்தத் தண்ணீரில் கால்களை வைத்து வண்ணக் கற்களை பரிசீலித்துக் கொண்டிருந்தாள் சீதை.

"யாரம்மா நீ?" மிருதுவான, ஆனால் கம்பீரமான குரல் கேட்கும் வரையில் சீதை வண்ணக் கற்களின் உலகத்திலேயே இருந்தாள்.

பக்கத்தில் திரும்பி நிமிர்ந்து பார்த்த சீதை அங்கே நின்றிருந்த பெண்மணியைப் பார்த்து பிரமித்துப் போனாள். திவ்ய தேஜோ மூர்த்தி! சீதை தன்னையும் அறியாமல் எழுந்து நின்று கைகளைக் கூப்பி வணங்கினாள்.

“எனது பெயர் சீதை. ஸ்ரீராமச்சந்திரனின் மனைவி.”

அவள் சீதையின் தோளில் கையைப் பதித்து “அப்படியா” என்று முறுவலித்தாள்.

புன்முறுவலில் அவ்வளவு கருணை இருக்கும் என்று சீதைக்கு அது வரையில் தெரியாது.

“நீங்கள் யார் அம்மா?” என்றாள் அவளுடைய பாதங்களைப் பார்த்துக் கொண்டே.

“என்னை அகல்யா என்பார்கள்.”

சீதைக்கு ஒரு வினாடி இதயத் துடிப்பு நின்றுவிட்டது போல் இருந்தது.

“அகல்யா! அகல்யா என்றாள் தாங்கள்தானா?”

“என்னைப்பற்றி கேள்விப்பட்டு இருக்கிறாயா?” சிரித்தாள் அகல்யா. பாரிஜாத மலர்கள் சலசலவென்று உதிர்வதுபோல் தோன்றியது.

அகல்யா உட்கார்ந்ததும் சீதையும் அருகில் அமர்ந்துகொண்டாள். ”கேள்விப்பட்டேன். என் மாமியார் கௌசல்யா உங்கள் கதை முழுவதும் சொன்னார். என்ன அநியாயம்!” என்றாள் சீதை.

“எது அநியாயம்?” சாதாரணமாகக் கேட்டாள் அகல்யா.

“செய்யாத தவறுக்கு உங்களை குற்றவாளியாகி விட்டார்கள்.”

“இந்த உலகில் பெரும்பாலான பெண்கள் அப்படி குற்றவாளியாக்கப் பட்டவர்கள்தானே சீதை?”

“ஆனாலும் இவ்வளவு கொடுமையா? வந்தது கணவன் இல்லையென்று உங்களுக்குத் தெரியாது இல்லையா?”

“தெரியுமோ தெரியாதோ உனக்குத் தெரியுமா? உண்மை யாருக்காவது தெரியுமா?”

சீதை ஏதோ சொல்லவந்தவள் பேசாமல் இருந்துவிட்டாள். அவளுக்கு தலை சுற்றுவதுபோல் இருந்தது. எப்படியோ சமாளித்துக் கொண்டவள் தயங்கிக் கொண்டே “அப்படி என்றால் .. உங்களுக்குத் தெரியுமா?” என்று கேட்டாள்.

“அந்தக் கேள்விக்கு அர்த்தம் இல்லை சீதை.”

“ஆனால் உண்மை என்ன? உண்மை என்று ஒன்று இருந்தால் அதற்கு அர்த்தம் இருக்காதா?”

சீதைக்கு ஆச்சரியம்.. ஆர்வம்..

“யாருடைய உண்மை அவர்களுக்கு. எது உண்மை எது பொய் என்று முடிவு செய்யும் சக்தி இந்த உலகத்தில் யாருக்காவது இருக்கிறதா?”

சீதைக்கு அகல்யாவின் வார்த்தைகள் புரியவில்லை. சீதையின் முகத்தில் அப்பாவித்தனம் கலந்த குழப்பத்தைப் பார்த்ததும் அகல்யாவுக்கு இரக்கம் ஏற்பட்டது.

“பொருள் புரிவது கஷ்டம்தான் சீதை. உனக்கு என் கதையை யார் சொன்னார்கள், எப்படிச் சொன்னார்கள் என்று எனக்குத் தெரியாது. இந்திரன் என்னை விரும்பினான். பெண்ணாகப்பட்டவள் ஒரு போகப்பொருள் என்று எல்லோரும் நினைப்பது போலவே அவனும் எண்ணிவிட்டான். நான் அவனுக்கு உடன்பட மாட்டேன் என்று இருட்டில் என் கணவரின் வேடத்தில் வந்தான். அவன் என் கணவன் இல்லை என்று நான் அடையாளம் புரிந்து கொண்டேனா இல்லையா? உலகத்தில் நிறையப் பேரை துளைத்தெடுக்கும் கேள்வி இது. என் கணவனுக்கு மட்டும் அந்த பாகுபாடு இல்லை. எனக்குத் தெரிந்தாலும், தெரியாவிட்டாலும் அவருக்கு ஒன்றுதான். அவருடைய பொருள் ஒன்று தற்காலிகமாகவாவது இன்னொருத்தனின் வசமாகிவிட்டது. தீட்டுப்பட்டு விட்டது. தீட்டு, தூய்மை, பவித்ரம், அபவித்ரம், ஒழுக்கம், ஒழுக்கக்கேடு. இந்த சொற்களை புருஷர்கள் எவ்வளவு பலமாக உருவாக்கி இருக்கிறார்கள் என்றால், இதில் சத்தியம் அசத்தியம் என்ற பேச்சுக்கே இடம் இல்லை. பாகுபாடு இல்லை.”

அகல்யா நிறுத்திவிட்டாள். சீதைக்கு இதெல்லாம் புரியுமா? ஆனால் சீதையின் முகத்தைப் பார்க்கும்போது ஏதோ பிணைப்பு.. அவளிடம் சொல்ல வேண்டும் என்று தோன்றுவது தனக்கே ஆச்சரியமாக இருந்தது. சீதையிடம் தனக்கு இந்த உடன்பிறவா சகோதரி உணர்வு ஏன்?

பேச்சை நிறுத்திவிட்ட அகல்யாவின் பக்கம் பார்த்துக் கொண்டிருந்தாள் சீதை.

“நீ இந்த கானக பிரதேசத்திற்கு எதற்காக வந்தாய் சீதை?”

சீதை தன் கதையை சொல்லிக் கொண்டு வந்தாள்.

“ராமனை விட்டுப்பிரிந்திருக்க முடியாமல் இந்த காட்டு வாசத்திற்கு வந்தாயா?” சிரித்தாள் அகல்யை.

சீதை வெட்கப்பட்டுக்கொண்டே “அவரை விட்டு ஒரு நாள் கூட இருக்க முடியாது என்னால். அவரும் அப்படித்தான். அவர் எல்லா ஆண்களைப் போன்றவர் அல்ல” என்றாள்.

“ஆண்கள் எல்லோரும் ஒன்றுதான் சீதை! முக்கியமாக மனைவியரின் விஷயத்தில்.”

“இல்லை. என் கணவர் அப்படிப்பட்டவர் இல்லை. உண்மை எது பொய் எது என்று விசாரிப்பார்.”

"விசாரிப்பான் இல்லையா?" ஏளனமாகச் சொன்னாள் அகல்யா.

"அப்படி என்றால்?"

"அதாவது... விசாரிப்பது என்றாலே அவநம்பிக்கைதானே, சீதை?. அதைவிட ஏதோ ஒரு நம்பிக்கை இருப்பது நல்லது இல்லையா?"

சீதையின் மனம் கலங்கி விட்டது. இது என்ன விதண்டாவாதம்?

சத்தியம் என்று ஏதும் இல்லை என்கிறாள். அது யாருக்கும் தெரியாது என்கிறாள். தன் விஷயத்தை சொல்லவும் மாட்டாள்.

"இத்தனைக்கும் உங்கள் விஷயத்தில் எது உண்மை என்று சொல்ல மாட்டேன் என்கிறீர்கள்."

"உன் மனதிற்கு எது அமைதியைத் தருமோ அதுதான் உண்மை என்று நினைத்துக்கொள்." சிரித்தாள் அகல்யா.

சீதையின் முகம் நிறம் மாறியது. அகல்யா தன்னை அவமானப் படுத்துகிறாள். அவளைப் பற்றி எவ்வளவு யோசித்தேன்? ராமன் சொன்னது உண்மைதானோ? இவள் ஒழுக்கம் நிறைந்தவள் இல்லையோ?

"என்னைப்போல் பேசும் பெண்களை சகித்துக் கொள்வது கஷ்டம் சீதை. நான் தவறு செய்துவிட்டேன் என்று சொன்னால் தாங்கிக் கொள்வார்கள். பாவத்திற்கு பரிகாரம் இருக்கும். தவறு செய்யவில்லை என்று வாதம் புரிந்தால் என் மீது இரக்கம் காட்டுவார்கள். அநியாயமாக குற்றம் சாட்டப்பட்டு விட்டது என்று என் பக்கம் இருப்பார்கள். ஆனால் 'என் சரி, தவறுகளுடன் உங்களுக்கு என்ன சம்பந்தம்? அதை விசாரிக்கும் உரிமை, அதிகாரம் உங்களுக்கு யார் கொடுத்தார்கள்?' என்று கேட்டால் மட்டும் யாராலும் சகித்துக் கொள்ள முடியாது."

"அந்த அதிகாரம் கௌதம மகரிஷிக்குக்கூட இல்லையா?" சீதைக்கு அகல்யாவின் போக்கு புரிபடவில்லை.

"உலகம் அவருக்கு அந்த அதிகாரத்தைக் கொடுத்தது. நான் கொடுக்கவில்லை. நான் கொடுக்காத வரையில் யாரும் என் மீது அதிகாரத்தைப் பெற முடியாது."

"ஆனால் அவர் உங்களை ஒதுக்கி வைத்து விட்டார் இல்லையா?"

"பாவம்! என்னை இழந்து விட்டார்."

"நீங்கள் மட்டும் .... எத்தனையோ வருடங்கள் கல்லாய் உயிரில்லாமல் வாழ்ந்தீர்களாமே?"

"என்று நீங்கள் எல்லோரும் நினைத்தீர்கள். அத்தனை வருடங்களும் நான் இந்த உலகத்தில் என் நிலையைப் பற்றி யோசித்துக் கொண்டிருந்தேன். உலகம் எந்த நீதி நியமங்கள் அடிப்படையில் செயல்பட்டுக் கொண்டு இருக்கிறதோ, அவற்றுக்கு மூலம் எதுவோ தெரிந்து கொண்டேன். நான் பெரும் ஞானத்தை சம்பாதித்தேன்."

"சத்தியம் அசத்தியம் என்று எதுவும் இல்லை என்பதுதான் அந்த ஞானமா?" வெடுக்கென ஏளனமாகக் கேட்டாள், சீதை.

"சத்தியம் எப்போதும் ஒரே மாதிரி இருக்காது என்றும், நிரந்தரம் மாறிக் கொண்டே இருக்கும் என்றும் தெரிந்துகொண்டதுதான் நான் பெற்ற ஞானம்."

"சத்தியம் இருக்கிறது. மாறாத சத்தியம் இருக்கிறது. என் மீது ராமனுக்கு இருக்கும் அன்பு, ராமன் மீது எனக்கு இருக்கும் அன்பு சத்தியம். இதில் பொய் எதுவும் இல்லை. இதற்கு முன்னால் நீங்கள் சம்பாதித்த ஞானம் எல்லாம் அடித்துக்கொண்டு போய்விடும்." ஆவேசமாக மொழிந்தாள் சீதை.

"அப்படி என்றால் நான் ஞானத்திற்கு இருக்கும் அந்த கோணத்தையும் புரிந்து கொள்கிறேன் சீதை."

சீதைக்கு உரையாடலை நீடிக்க வேண்டுமென்று தோன்றவில்லை. ஏதோ ஆவேசம்.. தவிப்பு. உடனே ராமனின் சன்னிதிக்கு போய்விட வேண்டும் என்று தோன்றியது.

சீதை எழுந்து நின்று அகல்யாவை வணங்கினாள்.

அகல்யா சீதையின் தலை மீது கையை வைத்து வாழ்த்திவிட்டு "ஒருநாளும் விசாரணைக்கு சம்மதிக்காதே சீதை. அதிகாரத்திற்கு அடிபணிந்து விடாதே" என்றாள்.

சீதை அந்த வார்த்தைகளைப் பொறுத்துக்கொள்ள முடியாதவளாக அங்கிருந்து வேகமாகப் பின்னால் திரும்பியும் பார்க்காமல் போய் விட்டாள்.

அன்று இரவு ராமனுடன் பொதுவாகப் பேசி முடித்துவிட்டு மெதுவாகச் சொன்னாள் சீதை.

"நான் அகல்யாவைப் பார்த்தேன்."

"எங்கே?" திடுக்கிட்டு எழுந்தான் ராமன்.

"ஏன் இவ்வளவு பதற்றம்? அருவிக்குச் சென்று இருந்தேன்."

"தனியாகவா?"

"ஆமாம். இங்கிருந்து மிகவும் அருகில். மிகவும் நன்றாக இருந்தது."

"தனியாக எங்கேயும் செல்லாதே சீதை" கவலையுடன் சொன்னான் ராமன்.

"சரி போகமாட்டேன். அகல்யாவைப் பற்றி சொல்ல விடமாட்டீர்களா?"

ராமன் எதுவும் பேசவில்லை.

"அவள் நீங்கள் சொன்னது போல் அற்புதமான அழகு படைத்தவள். கைகளைக் கூப்பி வணங்கவேண்டும் என்பது போன்ற தேஜஸ். ஆனால் அவள் பேசியதில் அர்த்தமே இல்லாததுபோல் தோன்றியது. உலகத்தில் சத்தியம் என்பதே இல்லை என்றும், சத்தியம் நிரந்தரம் மாறிக்கொண்டே இருக்கும் என்றும் ஏதேதோ சொன்னாள். என் மனதிற்கு சரியென்று தோன்றவில்லை. மேலும் எரிச்சலாக இருந்தது."

ராமன் மௌனமாகக் கேட்டுக் கொண்டிருந்தான்.

"ஏன் பதில் பேச மாட்டேன் என்கிறீர்கள்?"

"பதில் பேச என்ன இருக்கிறது? அப்படிப்பட்ட பெண்களின் பேச்சு உன்னைப் போன்ற தூய்மையான மனம் கொண்டவர்களுக்கும், அப்பாவிகளுக்கும் புரியாது. தாமதமாகி விட்டது. போய் உறங்கு சீதை" ஆணையிடுவதுபோல் சொல்லிவிட்டு தானும் உறங்க முற்பட்டான்.

சீதைக்கு ராமனிடம் தம்முடைய உரையாடலை முழுவதுமாகச் சொல்ல வேண்டும் என்று இருந்தது. ஆனால் கேட்பதில் ராமனுக்கு விருப்பம் இல்லை என்றும் புரிந்தது.

திரும்பத் திரும்ப அகலியையின் வார்த்தைகளை நினைவுபடுத்திக் கொண்டு கலங்கியவளாய் அமைதியற்று தூக்கமில்லாத இரவைக் கழித்தாள் சீதை.

அதற்குப்பின் அவள் நெடுங்காலம் அகல்யாவை மறந்து விட்டிருந்தாள் என்றுதான் சொல்ல வேண்டும்.

***** ***** *****

அன்று சீதையின் மனம் சந்தோஷத்தினால், உற்சாகத்தினால் நிரம்பி விட்டிருந்தது. ராவண சம்ஹார செய்தி அவளுக்கு எட்டியது. இலங்கையிலிருந்து விடுதலை கிடைத்து விட்டதென்று ஆனந்தத்தால் அவள் பூரித்துப் போயிருந்தாள். உடனே ராமனைப் பார்க்க மாட்டோமா என்று அவள் இதயம் தவித்துக் கொண்டிருந்தது. ராமனைப் பார்த்ததும் நான் என்னவாவேன்? ராமன் என்ன சொல்லுவான்? அவனுடைய காதல் பார்வை, அன்பு, ஸ்பரிசம் எல்லாமே இனிமேல் கிடைக்கும். மகிழ்ச்சிப் பெருக்கினால் கண்களிலிருந்து இடைவிடாமல் கண்ணீர் வந்து கொண்டிருந்தது. வந்துகொண்டிருந்த இலக்குமணனைத் தொலைவிலிருந்து பார்த்து விட்டு வேகமாக முன்னோக்கி நடந்தாள் சீதை.

இலக்குமணனைப் பார்த்து வியப்படைந்து விட்டாள். முகத்தில் சந்தோஷம் தெரியவில்லையே ஏன்? ராவண சம்ஹாரம் நடக்கவில்லையா? நடக்கவில்லை என்றால் இலக்குமணன் இங்கே எப்படி வந்தான்? வெற்றியின் பெருமிதத்துடன் தலை நிமிர்ந்தபடி நடந்து வராமல் குற்றவாளியைப்போல் தலையைக் குனிந்து கொள்வானேன்?

"இலக்குமணா! எப்படி இருக்கிறாய்?" தானே முதலில் குசலம் விசாரித்தாள். இலக்குமணன் மேலும் தலை குனிந்தான்.

"ஸ்ரீராமச்சந்திரர்.. உன் சகோதரர் நலம்தானா?" அந்த விஷயத்தில் சீதைக்கு எந்த சந்தேகமும் இருக்கவில்லை. ஆனால் மைத்துனன் முகத்தைப் பார்க்கும்போது அதைத்தவிர வேறு வார்த்தை வரவில்லை.

"நலம்தான் அண்ணி."

"பின்னே என்னவோபோல் இருக்கிறாயே? உன் முகத்தில் சந்தோஷம் காணவில்லையே? என்னை அழைத்துவரச் சொல்லித்தானே அண்ணன் உன்னை அனுப்பி இருக்கிறார். வா கிளம்புவோம்."

"ஒரு விஷயம் சொல்ல வேண்டும் அண்ணி."

சீதைக்கு மூளை கலங்கிவிட்டாற்போல் இருந்தது. ஒரு பக்கம் வெற்றியின் உற்சாகத்தில் வானர சைன்னியம் செய்யும் கோலாகலம் அசோகவனம் வரையில் கேட்டுக் கொண்டிருக்கிறது. பின்னே இலக்குமணன் முழுவதுமாகத் தோல்வி அடைந்தவன்போல் தென்படுவானேன்?

"ஸ்ரீராமச்சந்திரன் தாங்கள் அக்னிப்பிரவேசம் செய்யவேண்டும் என்று விரும்புகிறார் தாயே."

சீதை விருட்டென்று திரும்பினாள். அந்த வார்த்தைகள் அவள் மனதில் பதிந்தபோது அவள் நிற்கமுடியாமல் தரையில் சரிந்து விட்டாள்.

"ஸ்ரீராமச்சந்திரனுக்கு எந்த சந்தேகமும் இல்லை. மக்களுக்காக மட்டுமே இந்தச் சோதனை. விசாரணையில் நியாயம்தான் ஜெயிக்கும். சத்தியம்தான் ஜெயிக்கும். சோதனைக்கு நின்று வெற்றி பெற்ற உங்கள் புனிதத்தை எல்லோரும் கொண்டாடுவார்கள். ஸ்ரீராமச்சந்திரன் உங்களிடம் இந்த வார்த்தைகளை சொல்லச் சொன்னார் தாயே."

சீதைக்கு மின்னலைப்போல் அகல்யாவின் உருவம் கண்முன்னால் தோன்றியது.

'விசாரணை நடத்துவது என்றால் என்ன? அவநம்பிக்கைதானே? அதைவிட ஏதோ ஒரு நம்பிக்கை இருப்பது மேல் இல்லையா? ஆண்கள் எல்லோரும் ஒன்றுதான் சீதை.'

இப்படி எல்லாம் நடக்கும் என்று அகல்யாவுக்குத் தெரியுமா? ராமன் தன்னுடைய அக்னிப்பிரவேசத்தை வேண்டுகிறான். அதைவிட மரணம் மேல் இல்லையா? தன்னுடைய விதிக்கு தன்னை விட்டுவிடுவது நல்லது இல்லையா? எதற்காக தனக்கு இந்த அவமானம்? இவ்வளவு பெரிய யுத்தம் இதற்காகத்தானா?

யுத்தம் வீரத்தை நிரூபித்துக் கொள்வதற்கு. ராமன் தன்னுடைய பிரதாபத்தை நிலைநாட்டி விட்டான். மனைவியின் புனிதம் நிரூபணம் ஆவதற்காக காத்திருக்கிறான். அகல்யா சொன்ன அவநம்பிக்கை இதுதானா? அதைவிட நம்பி தன் கையைப் பற்றிக்கொள்வதோ, நம்பாமல் தன்னை விட்டுவிடுவதோ நல்லது இல்லையா? இப்போது என்ன செய்வது? சீதையின் மனம் எரிமலையாகி விட்டது.

"அண்ணனைத் தவறாகப் புரிந்து கொள்ளாதீர்கள் தாயே! எதிர்காலத்தில் உங்களை யாரும் எதுவும் சொல்லாமல் இருப்பதற்காக முன் ஜாக்கிரதை. அயோத்தி நகரத்திற்கு தாங்கள் நெருப்புப் போல் நடந்து செல்ல வேண்டும். அண்ணன் எவ்வளவு வேதனைப் படுகிறார், தவிக்கிறார் என்று உங்களால் ஊகிக்க முடியாது தாயே. அவர் எதுவும் செய்யமுடியாத நிலையில் இருக்கிறார்."

இலக்குமணன் ராமனின் வேதனையைச் சொல்லச் சொல்ல சீதையின் மனதில் அக்னி தணிந்தது.

'ராமனுக்கு எந்த சந்தேகமும் இல்லை. சத்தியம் என்னவென்று தெரியும். என்மீது அவதூறு வரக்கூடாது என்று, எனக்காகத்தான் இவ்வளவு வேதனைப்படுகிறார். நான் எப்படி எடுத்துக் கொள்வேனோ என்று குமுறிக்கொண்டு இருக்கிறார். தமக்கு இடையில் இது உருவாக்கப்போகும் இடைவெளியை நினைத்து நடுங்கிக் கொண்டிருக்கிறார்.'

ராமனைத் தேற்றுவதற்கு தயாராகிவிட்டாள் சீதை.

அவர் இயலாதவர். பலவீனமானவர். யாருக்கு முன்னால்? ராவணனின் முன்னால் இல்லை. உலகத்தின் முன்னால். உலகம் என்றால் அது சொல்லும் நீதி மொழிகள், தர்ம சாஸ்திரங்கள். சீதைக்கு திரும்பவும் அகல்யாவின் வார்த்தைகள் நினைவுக்கு வந்தன.

'தீட்டு, தூய்மை, பவித்திரம் அபவித்ரம், ஒழுக்கம் ஒழுக்கக்கேடு ... இந்த வார்த்தைகளை, உணர்வுகளை புருஷர்கள் எவ்வளவு வலிமையாக உருவாக்கி இருக்கிறார்கள் என்றால்.....'

அந்த வலிமைக்கு முன்னால் ராமபாணம் பின்வாங்க வேண்டியதுதான். பிரம்மாஸ்திரமும் பலவீனமடைய வேண்டியதுதான்.

ராமனுக்கு ஆதரவு தரவேண்டும். உலகத்திடமிருந்து காப்பாற்ற வேண்டும். கண்ணீரைத் துடைக்க வேண்டும். உறுதுணையாய் நிற்கவேண்டும். தன்னைத் தவிர வேறு யாராலும் அதைச் செய்யமுடியாது.

'இல்லை அகல்யா! ராமனுக்கு அவநம்பிக்கை இல்லை. என் ராமன் மற்ற ஆண்களைப் போன்றவன் அல்ல. இது சத்தியம். என்னால் உனக்கு நிரூபிக்க முடியாமல் போகலாம். இது சத்தியம் என்று உலகம் நம்பாமல் போகலாம். ஆனால் இது எனக்கு சத்தியம்.'

அகல்யா இந்த வார்த்தைகூடச் சொன்னாள் இல்லையா.

'அவரவர் சத்தியம் அவரவர்களுடையது. சத்திய அசத்தியங்களை முடிவு செய்யும் சக்தி இந்த உலகத்தில் யாருக்காவது இருக்கிறதா?

அகல்யா! ஏன் இந்த வார்த்தைகளைச் சொன்னாய்? உன் வார்த்தைகள் இப்போது எனக்கு வேறுவிதமாகப் புரிகின்றன. அது சரியான அர்த்தம்தானா? யார் எடுத்துச் சொல்லுவார்கள்?

தலை பிளந்துவிடுமோ என்பதுபோல் சீதை தலையைப் பிடித்துக் கொண்டாள்.

இந்த யோசனைகள் எல்லாம் பின்னால். முதலில் ராமனைப் பார்க்க வேண்டும். துணிச்சலுடன் பரீட்சையை எதிர்கொள்ள வேண்டும்.

சீதை எழுந்து நின்றுகொண்டாள். புடவைத் தலைப்பால் முகத்தை அழுத்தித் துடைத்துக்கொண்டாள்.

"புறப்படு இலக்குமணா. உன் அண்ணனிடம் செல்வோம். அந்த பரீட்சை என்னவென்று பார்த்து விடுகிறேன்."

சீதையின் வாயிலிருந்து அவ்வளவு வலிமையுடன், நம்பிக்கை நிறைந்த தீர்மானம்போல் வெளிவந்த அந்த வார்த்தைகளைக் கேட்டு இலக்குமணன் வியப்புடன் நிமிர்ந்து பார்த்தான்.

சீதை பூமியின் மகள் என்று யாரோ அவன் காதில் சொல்வதுபோல் இருந்தது.

**** **** ****

அயோத்திக்கு வந்தபிறகும் சீதையால் அகல்யாவை மறக்க முடியவில்லை. அந்தப்புரத்தில் அடியெடுத்து வைக்கும்போது ஏதோ தயக்கம். மாமியார்கள் மூவரில் யாராவது இந்த கற்புச் சோதனைப் பற்றி பிரஸ்தாபித்தால் தன்னால் தாங்கிக்கொள்ள முடியுமா?

கௌசல்யா சீதையை மார்போடு அணைத்துக்கொண்டு "என் மருமகள் கற்புக்கரசி" என்று கண்ணீர் விட்டபோது சீதையின் இதயத்தில் ஏதோ இறுக்கம், பாரம் நுழைந்துவிட்டதுபோல் இருந்தது.

தன் மருமகள் கற்புடையவளா இல்லையா என்ற சந்தேகம் வந்து, கற்புடையவள்தான் என்று உறுதிப்படுத்திக் கொண்டாளா? அவள் அகல்யாவைப் பற்றி கூட அப்படித்தான் எண்ணியிருந்தாள்.

"உன் மனதிற்கு எது அமைதி தருமோ அதுதான் சத்தியம் சீதை" என்றாள் அகல்யா. மாமியாரும் அதுபோலவே நினைக்கிறாளா? அல்லது தன்னை நம்பினாளா?

பதில் இல்லாத கேள்விகள் இவை. யாரையும் கேட்கவில்லை. இந்த விஷயத்தை தன்னிடம் யாரும் நேராகப் பேசவும் மாட்டார்கள். ராமன் எதுவும் நடக்காததுபோல் நடந்துகொள்கிறான். அவன் அன்பிலும் மாறுபாடு எதுவும் இல்லை. முன்பு இருந்த அதே காதல்தான். அகல்யா தன்னைப்பற்றி என்ன நினைத்துக் கொள்வாள்? சிரிப்பாளா? "ஒரு நாளும் விசாரணைக்கு உடன்படாதே சீதை" என்றாள் அவள். ஆனால் நான் உடன்பட்டேன்.. அது தனக்காக இல்லை ராமனுக்காக என்றால் அகல்யா நம்புவாளா? அவள் ஞானி. கட்டாயம் புரிந்துகொள்வாள். சீதைக்கு அகல்யாவை மீண்டும் சந்திக்க வேண்டுமென்ற விருப்பம் நாளுக்குநாள் அதிகரித்துக் கொண்டிருந்தது.

இந்த விஷயத்தைப் பற்றி அகல்யாவுடன் பேசுவதுபோல் தன்னால் யாருடனும் பேசமுடியாது. யாரிடமாவது பேசாவிட்டால் தன் மனம் மேலும் கற்பாறையாக மாறுவது நிச்சயம்.

சீதை கருவுற்று இருக்கும் விஷயம் தெரிந்து அந்தப்புரம் முழுவதும் கொண்டாடிக் கொண்டிருந்த போது கூட சீதை அகல்யாவை நினைத்தபடி காலத்தைக் கழித்து வந்தாள்.

"கருவுற்று இருப்பவர்களுக்கு ஏதேதோ விருப்பங்கள் இருக்குமாம். அவற்றைத் தீர்த்துவைக்க வேண்டுமாம். அம்மா உன் மனதில் இருக்கும் விருப்பத்தைத் தெரிந்துக்கொள்ளச் சொல்லி ரொம்பவும் சொன்னாள்.." என்றான் ராமன்.

தன் மனதில் இருக்கும் விருப்பம், அகல்யாவைச் சந்தித்துப் பேசவேண்டும் என்பதை ராமனிடம் சொல்ல நினைத்தாலும் கட்டுப்படுத்திக் கொண்டாள் சீதை. ராமன் வேதனைப்படுவான். அவனுக்கு விருப்பம் இருக்காது. ஆனால் இந்த கோரிக்கை தீராமல் இருப்பது, தன் மனதிற்கும், அந்த மனதின் தாக்கத்தை அனுபவிக்கப் போகும் கருவில் இருக்கும் குழந்தைக்கும் நல்லதில்லை.

"என் மனம் கானகத்தில் லயித்திருக்கிறது. நாம் இருவரும் சேர்ந்து பார்த்த அந்த முனிவர்களின் ஆசிரமங்கள், அந்த நதிக்கரைகள், அந்த காடுகளின் அழகை மற்றொருமுறை பார்க்க வேண்டும்போல் இருக்கிறது."

"அப்படியே ஆகட்டும். அது என்ன பெரிய விருப்பமா? கட்டாயம் செல்வோம்."

சீதைக்கு சொல்ல முடியாத உத்வேகம். அதற்குள் பயம். எதற்காக தான் இந்த காரியத்தைத் தொடங்கினாள்? அகல்யாவிடம் பேசினால் தன்னுள் நிம்மதியின்மை கூடுமே தவிர குறையாது. வலிய மேலும் சிக்கலை வரவழைத்துக் கொள்ளப் போகிறாளா? இல்லை இல்லை. இப்போது தனக்கு அகல்யாவின் பேச்சை எரிச்சலடையாமல் கேட்ககூடிய அனுபவம் வந்துவிட்டது. எப்படிப்பட்ட அனுபவம்! அவளுடைய ஆழமான பேச்சுகளைக் கேட்டுவிட்டு, யோசித்தால் தவிர மனதிற்கு முழுமையான நிம்மதி கிடைக்காது. தன் மனதை அமைதிப்படுத்தகூடிய சக்தி அகல்யா ஒருத்திக்குத்தான் இருக்கிறது.

ராமனுடன் சேர்ந்து போனாலும் ஏதோ ஒரு சமயத்தில் தனியாக அகல்யாவைச் சந்திக்க வேண்டும்.

சீதையின் மனதில் மெதுவாக சந்தோஷம் நிரம்பியது. தன் பிரியமான சிநேகிதியை சந்திக்கப்போவது போல் குதூகலத்துடன், மகிழ்ச்சியுடன் மலர்ந்து விட்ட சீதையின் முகத்தைப் பார்த்து ராமனும் ஆனந்த மடைந்தான்.

கானக தரிசனத்துடன் எல்லாம் முன்போல் ஆகிவிடும். சீதை இலங்கையிலிருந்து அல்லாமல் கானகத்திலிருந்து அயோத்திக்கு வந்திருந்தால் மிகவும் நன்றாக இருந்திருக்கும். அப்படி நடக்கவில்லை. திரும்பவும் அந்த வாய்ப்பு கிடைத்திருக்கிறது. கானகத்திலிருந்து வந்த பிறகு சீதை தனக்கு ஒரு சுபுத்திரனைப் பெற்றுத் தருவாள். அத்துடன் எல்லாம் மாறிவிடும். சீதைக்கும் தனக்கும் இடையில் உருவான மெல்லிய திரை விலகிப் போய் விடும்.

ராமன் ஆரண்ய வாசத்தில் சீதையின் அருகாமையில் தூங்கியதுபோல் அன்று நிம்மதியாக உறங்கினான்.

**** **** ****

ராமன் தன்னுடன் கானகத்தை தரிசிப்பதற்கு வரப்போவதில்லை என்று தெரிந்ததும் சீதைக்கு மேலும் நிம்மதியாக இருந்தது. அகல்யாவுடன் எத்தனை நேரம் வேண்டுமானாலும் கழிக்கலாம். குழப்பங்களில் இருந்து விடுபட்டு நிம்மதி அடையலாம்.

சந்தோஷமாக ரதத்தில் ஏறப்போன சீதை இலக்குமணனின் முகத்தைப் பார்த்து வியப்படைந்து விட்டாள்.

"இலக்குமணா! உடல் நலம் சரியாக இல்லையா? நீ வருவானேன்? சத்ருக்கனனிடம் இந்த காரியத்தை ஒப்படைத்திருக்கலாமே?" என்றாள்.

இலக்குமணன் பதில் எதுவும் சொல்லாமல் ரதத்தில் ஏறி குதிரைகளை அதட்டினான். சீதை தான் போக நினைத்திருக்கும் நீர்நிலைப் பிரதேசத்தின் அடையாளத்தைச் சொன்னாள். இலக்குமணன் அதற்கு முன்பே, கானகம் இன்னும் அடர்த்தியாக தொடங்குவதற்கு முன்பே ரதத்தை நிறுத்தினான்.

***** **** ****

நிறைமாத கர்ப்பிணியான சீதையை வால்மீகி ஆணையின்படி ஆசிரமவாசிகள் எல்லோரும் கவனமாக பார்த்துக் கொண்டார்கள்.

சீதை இறுகிவிட்ட கங்கை நதியைப் போல் இருந்தாள். வால்மீகி சீதையைப் பார்த்தபடி யோசனையில் ஆழ்ந்தார். என்ன செய்தால் இவள் அமைதியாக பிரசவத்திற்கு சித்தமாவாள்? சீதையிடமே கேட்டார். "உனக்கு வேண்டியது ஏதாவது இருந்தால் சந்தேகிக்காமல் சொல் தாயே" என்றார்.

"எனக்கு அகல்யாவைப் பார்க்கவேண்டும் போல் இருக்கிறது." சீதை நேராக வால்மீகியின் முகத்தைப் பார்த்துக்கொண்டே கேட்டாள்.

வால்மீகி ஒரு நொடி திகைத்தாலும் சமாளித்துக்கொண்டு "அப்படியே ஆகட்டும் சீதை. அவள் உனக்கு அமைதியைத் தரக்கூடிய சாமர்த்தியம் படைத்தவள்தான். செய்தி சொல்லி அனுப்புகிறேன்" என்றார்.

இரண்டு நாட்கள் சீதை வேறு எந்த எண்ணமும் இல்லாமல் எதிர்ப்பார்த்த பிறகு அகல்யா வால்மீகியின் ஆசிரமத்திற்கு வந்தாள்.

"நன்றாக இருக்கிறாயா சீதை" அருகில் அமர்ந்து சீதையின் கரங்களைப் பற்றியபடி அன்புடன் கேட்டாள். அகல்யாவின் மடியில் முகத்தைப் புதைத்து சீதை விசும்பி விசும்பி அழுதாள்.

"அழாதே அம்மா. இவ்வளவு துக்கம் இந்தச் சமயத்தில் கூடாது." சீதையின் முதுகைத் தடவிக்கொண்டிருந்த அகல்யாவின் கண்களில் மெல்லிய கண்ணீர்த் திரை. மனம்விட்டு அழுது முடித்தாள் சீதை. "இப்போது என் மனம் நிம்மதியாக இருக்கிறது அக்கா! ராவண சம்ஹாரம் நடந்தது முதல் என் மனம் கொஞ்சம் கொஞ்சமாக இறுகிவிட்டது. உன்னைப் பார்த்ததும், உன் நட்பு கலந்த ஸ்பரிசத்தில் அது இளகிவிட்டது. இப்போது மறுபடியும் என் மனம் பழையபடி மெத்தென்று இருக்கிறது" என்றாள்.

வெகு நேரம் இருவரும் மௌனமாகவே இருந்தார்கள்.

"சத்திய அசத்தியங்களை பற்றி உங்கள் பேச்சுக்கு அர்த்தம் இப்போது புரிந்தது அக்கா."

"ஞானத்தைப் பெறுவதற்கு அனுபவத்தை மிஞ்சிய மார்க்கம் வேறு இல்லையம்மா."

"நான் விசாரணைக்கு உட்பட்டது ராமனுக்காக மட்டும்தான். எனக்காக இல்லை."

"அது எனக்குத் தெரியாதா?"

"ஆனால் மறுபடியும்.. இது என்றுமே இப்படி துரத்திக்கொண்டே இருக்குமா?"

"ராமனுக்காக அல்லாமல் உனக்காக நீயே முடிவுகளை எடுக்கும் வரையில் இது உன்னைத் துரத்திக்கொண்டே இருக்கும் சீதை. நீயோ வேதனையை அனுபவித்துக்கொண்டு இருக்கிறாய். யாருக்காகவோ அனுபவிக்கிறோம் என்று நீ நினைக்கிறாய். உன் தைரியத்தை, மனோதிடத்தை எல்லாமே முழுவதுமாக மற்றவர்களிடம் ஒப்படைத்து விட்டாய். உனக்காக நீ எதை தக்க வைத்துக்கொண்டு இருக்கிறாய்?"

"நான் என்றால் என்ன அக்கா? நான் யார்?"

அகல்யா சிரித்தாள்.

"பெரிய பெரிய முனிவர்கள், வேதாந்திகள் இந்தக் கேள்விக்கு பதில் தேடுவதில் வாழ்க்கையைக் கழித்துக்கொண்டு இருக்கிறார்கள். நீ என்றால் நீயேதான். ஸ்ரீராமனின் மனைவி மட்டுமே இல்லை. அதைவிட மிஞ்சியது, உண்மையானது உன்னுள் இருக்கிறது. அது என்னவென்று தெரிந்துகொள் என்று பெண்களுக்கு யாரும் சொல்ல மாட்டார்கள். ஆண்களின் 'அஹம்' சொத்துகளில், பிரதாபத்தில், வித்தையில், குலம் கோத்திரத்தில் இருந்தால் பெண்களின் 'அஹம்' பத்தினித்தன்மையில், தாய்மையில் இருக்கும். அதைத் தாண்டி வரவேண்டும் என்று பெண்களுக்கு யாரும் சொல்ல மாட்டார்கள். அகண்ட உலகில் தாம் ஒரு பகுதி என்று அவர்கள் உணர்ந்துகொள்ள மாட்டார்கள். ஒரு நபரின், ஒரு வீட்டின், ஒரு வம்ச கௌரவத்தின் எல்லைக்குள் அடங்கிவிடுவார்கள். அஹத்தை ஜெயிப்பது ஆண்களுக்கு ஆன்மீக லட்சியமாகும். அஹத்தை வளர்த்துக் கொள்வது, அந்த அஹத்திலேயே எரிந்து சாம்பலாவது பெண்களின் இலக்கு ஆகும். சீதை! நீ யார்? உன் வாழ்க்கையின் லட்சியம் என்ன? இதைத் தெரிந்து கொள்வதற்கு முயற்சி செய். அது அவ்வளவு எளிது இல்லை. ஆனால் முயற்சியை நிறுத்தாதே. கடைசியில் தெரிந்துக் கொள்வாய். உன்னிடம் அந்த சக்தி இருக்கிறது. ஸ்ரீராமச்சந்திரனைக் காப்பாற்ற முடிந்தவள், உன்னை நீயே காப்பாற்றிக் கொள்ள முடியாதா? இதெல்லாம் ஏன் நடந்தது என்று வருத்தப்படாதே. இது

உன் நலனுக்காகத்தான். உன்னை நீ அறிந்துக் கொள்ளும் முறையின் ஒரு பகுதியாகத்தான் நிகழ்ந்தவை. சந்தோஷமாக இரு. இந்த இயற்கையை, சகல ஜீவராசிகளின் வளர்ச்சியைக் கவனி. அதில் இடைவிடாமல் நிகழும் மாற்றங்களைக் கூர்ந்து பார். காடுகளில் ஆசிரமங்கள் மட்டுமே இல்லை, பலவிதமான இனத்தைச் சேர்ந்த மக்களும் இருக்கிறார்கள். அவர்களுடைய வாழ்க்கையைக் கவனி. இந்த முழு உலகில் நீ இருக்கிறாய். ராமனுக்காக மட்டுமே இல்லை."

அகல்யாவின் பேச்சு மிருண்மய நாதமாக ஒலித்துக் கொண்டிருந்தது. சீதை கவனமாகக் கேட்டுக் கொண்டிருந்தாள்.

"நீ தாய்மையை அனுபவிக்கப் போகிறாய். அதையும் சந்தோஷமாக உணர். எந்த விதமான எதிர்பார்ப்புகளையும் வளர்த்துக் கொள்ளாமல் மான் ஒன்று தன் குட்டிகளை வளர்ப்பதுபோல் நீ உன் குழந்தைகளை வளர்த்துப் பார்."

சீதைக்குள்ளே எங்கேயோ அடங்கியிருந்த தாய்மை உணர்வு பீறிட்டு எழும்பியது. தன்னையும் அறியாமல் அவள் கைகள் வயிற்றைத் தொட்டன. அவள் கண்களில் அன்பு ஒளி நிறைந்து அவை உயிரோட்டத்துடன் தளும்பின.

மறுநாள் காலையில் அகல்யா பயணமானாள். சீதையின் முகத்தில் தெரிந்த ஒளியைப் பார்த்து வால்மீகி நிம்மதி அடைந்தார்.

அகல்யாவை அணைத்துக் கொண்டாள் சீதை.

"சீதை! என் விஷயத்தில் உண்மை என்னவென்று சொல்லச் சொல்கிறாயா?" கேட்டாள் அகல்யா.

"வேண்டாம் அக்கா! எதுவாக இருந்தாலும் ஒன்றுதான். அதற்கு எந்த அர்த்தமும் இல்லை."

அகல்யாவை உரிய முறையில் வழியனுப்பி வைத்தாள் சீதை.

**** **** ****

ராமன் மகன்களை வாரி அணைத்துக் கொண்டு சந்தோஷத்தில் மெய் மறந்து விட்டான்.

மகன்களை வாரிசாக ஏற்றுக்கொண்ட நாடு சீதையை பட்டத்துராணியாக ஏற்றுக்கொள்ளாதா? இனி அதற்குப் பிறகு தான் யாரையும் லட்சியம் செய்யமாட்டான். அயோத்திக்கு வரச்சொல்லி சீதைக்கு செய்தி அனுப்பினான்.

அந்தச் செய்தியைக் கேட்ட சீதைக்கு எந்த உணர்வும் ஏற்படவில்லை. கடந்த பன்னிரண்டு ஆண்டுகளாக அவள் முகத்தில் அதிகரித்துக் கொண்டிருந்த சந்தோஷத்தின் ஜொலிப்பு அணுவளவும் குறைய வில்லை.

முறுவலுடன் ராமனின் வேண்டுகோளை நிராகரித்துவிட்டாள்.

"உன் குழந்தைகளை விட்டுவிட்டு உன்னால் இருக்க முடியுமா சீதை?" மற்றொரு செய்தி அயோத்தியிலிருந்து ஆசிரமத்திற்கு வந்தது.

சீதை இந்த அஸ்திரத்துடன் தோல்வியைத் தழுவுவாள் என்று நினைத்தான் ராமன்.

"அந்தக் குழந்தைகள் என்னுடைய குழந்தைகள் மட்டுமே இல்லை! இந்த உலகத்தில் அனைத்து உயிர் சக்திகளின் அடையாளச் சின்னங்கள். அவர்கள் உலகம் முழுவதற்கும் சேர்ந்தவர்கள் என்று நான் தெரிந்து கொண்டு விட்டேன். அவர்களும், நீங்களும்தான் அவர்கள் அயோத்திக்குச் சேர்ந்தவர்கள் என்றும், சூரிய வம்சத்திற்கு வாரிசு என்றும் நம்புகிறீர்கள். உங்கள் நம்பிக்கையின்படி நீங்கள் நடந்து கொள்ளுங்கள்."

"பின்னே நீ என்ன ஆவாய் சீதை? கணவன், குழந்தைகள் இல்லாமல்."

"நான் பூமியின் மகள்! என்னை நான் அறிந்துகொண்டு விட்டேன். இந்த அகிலம் முழுவதும் என்னுடையதுதான். எனக்கு இல்லாதது எதுவும் இல்லை. நான் நில மகள்."

கம்பீரமாக, திடமாக மொழியப்பட்ட அந்த வார்த்தைகளுக்கு ராமன் பதில் பேச முடியாதவனாகி விட்டான்.

சீதையின் உதவி இல்லாத ராமன் வாழ்க்கையில் முதல் முறையாகத் தோல்வியைத் தழுவினான். வெளியிலிருந்து வரும் அதிகாரத்திற்கு அடிபணியாத சீதை தன்னுள், தன் மீது தனக்கு இருக்கும் அதிகாரத்தின் வலிமையை முதல் முறையாக முழுவதுமாக உணர்ந்தாள்.

மணல் குடம்

வசந்த காலத்து கானகம்! எத்தனை நிறம்? எத்தனை மணம்? ஆங்காங்கே இருந்த மாமரத்திலிருந்து மயக்கத்தை ஊட்டும் நறுமணம். குயில்களின் இனிமையான இசை. சீதை முதல்முறையாக வசந்த காலத்தின் மகிமையைக் கண்ணாரக் கண்டுகொண்டிருந்தாள். மனப்பூர்வமாக அனுபவித்துக் கொண்டிருந்தாள்.

அப்படிப்பட்ட நாட்களில் ஒரு காலை வேளையில் அருகில் இருந்த ஒரு ஆசிரமத்தில் இருக்கும் பெண்கள் எல்லோரும் கும்பலாக போய்க் கொண்டிருப்பதைக் கண்டாள். அவர்கள் எல்லோரும் ஒரே சமயத்தில் எங்கே போய்க் கொண்டிருக்கிறார்கள் என்று தெரிந்துகொள்ளும் ஆர்வம் அடங்கவில்லை. கூப்பிடுவோம் என்று நினைப்பதற்குள் குரலுக்கு எட்டாத தொலைவிற்கு சென்று விட்டிருந்தார்கள். இலக்குமணனிடம் கேட்டபோது தனக்கும் தெரியாது என்றும், மாலையில் அவர்கள் வரும்போது கேட்டுத் தெரிந்துக் கொள்வோம் என்றும் சொன்னான்.

மாலையில் அவர்கள் எப்போது வந்தார்களென்று தெரியவில்லை. கும்பலாகச் சென்றவர்கள் தனித்தனியாக வந்து விட்டிருப்பார்கள் போலும். மறுநாள் காலையில் வேலைகள் முடிந்த பிறகு, ராம இலக்குமணர்கள் காட்டுக்குள் சென்ற பிறகு அருகில் இருந்த சாந்தாவின் ஆசிரமத்திற்குச் சென்றாள்.

போனதுமே வியப்படைந்து விட்டாள். இதற்கு முன்னால் சாந்தாவின் குடிலில் கண்டிராத அழகான சிற்பங்கள் இரண்டு, விசித்திரமான ஓவியங்களுடன் கவர்ச்சியாக இருந்த பானைகள் ஐந்தாறு அழகாக அடுக்கி வைக்கப்பட்டிருந்தன. சீதை அவற்றைப் பார்த்து மகிழ்ந்து கொண்டே "இவை எங்கிருந்து வந்தன சாந்தா? நேற்று முன்தினம் வந்தபோது இவை இருக்கவில்லையே?" என்று கேட்டாள்.

"நேற்று நாங்கள் எல்லோரும் ரேணுகா தேவியின் சிற்ப ஆலயத்திற்குப் போனோம் இல்லையா? எனக்குப் பிடித்தமானதைக் கொண்டு வந்தேன்" என்றாள் சாந்தா.

"ரேணுகா தேவியா?" என்றாள் சீதை, அவள் யார் என்று தனக்குத் தெரியாது என்ற குரலில்.

"உனக்குத் தெரியாது சீதை. நீங்கள் இங்கே வந்து சிறிது காலம்தானே ஆகிறது. இங்கிருந்து ஒரு மணி நேரம் நடக்கும்

தொலைவில் ரேணுகா தேவியின் சிற்பஆலயம் இருக்கிறது. ஒவ்வொரு வருடமும் நாங்கள் சென்று எங்களுக்கு வேண்டிய பானைகள், கற்பாத்திரங்கள், அழகான சிற்பங்கள் எடுத்து வருவோம். நேற்றுப் போயிருந்தோம். உன்னையும் அழைத்திருக்க வேண்டும்" என்றாள் சாந்தா.

"ரேணுகா தேவி என்பவளிடம் இத்தனை வித்தை இருக்கிறதா?" வியப்புடன் சொன்னாள் சீதை.

"ஆமாம். இது மட்டுமா? இதை விட மிஞ்சிய சிற்பங்கள் எத்தனையோ. சிற்ப வித்தையின் ரகசியங்கள் எல்லாம் அவளுக்கு உள்ளங்கை நெல்லிக்கனி. ஒருமுறை காரியத்தைத் தொடங்கிவிட்டால் இனி தவத்தில் மூழ்கி விட்டாற்போல்தான். தவத்தில் கூட அந்த அளவுக்கு ஆழமாக ஈடுபடும் ரிஷிகள் சிலர்தான் இருப்பார்கள். நீ பார்த்துக் கொண்டிரு சீதை. நான் இரண்டு குடம் தண்ணீர் எடுத்துக் கொண்டு இப்போதே வந்து விடுகிறேன்" என்று சாந்தா வெளியே சென்றாள்.

ரேணுகா தேவி.... அந்தப் பெயர் சீதையின் மனதில் ஏதோ பழைய நினைவுகளைத் தட்டி எழுப்பியது.

இந்தப் பெயர் தனக்கு இதற்கு முன்பே அறிமுகம்தான். எப்போது? எங்கே? சீதைக்கு தன்னுடைய சுயம்வரம் நினைவுக்கு வந்தது. சுயம்வரத்தில் ராமன் சிவனின் வில்லை முறித்தபிறகு, தான் ராமனின் கழுத்தில் பூமாலையால் அலங்கரித்துத் திரும்பவும் அந்தப்புரத்துக்கு போகும்போது மூண்ட கலவரம் நினைவுக்கு வந்தது.

யாரவன்? கோபத்துடன் கொந்தளித்தபடி எரிமலையாய் பாய்ந்து வந்தான். ராமன்மீது பிரளயகால மேகம் போல் தாக்குதல் நடத்தினான்.

அந்தப்புரப் பெண்கள் தன்னை உள்ளே அழைத்துப் போனார்கள். அங்கே அவர்கள் சொன்ன வார்த்தைகளை நினைவுப்படுத்திக் கொள்ள சீதை திண்டாடிக் கொண்டிருந்தாள்.

"மாவீரன் பரசுராமன்! பூமியின் மீது க்ஷத்திரியர்களை விட்டு வைக்க மாட்டேன் என்று சொன்ன பரசுராமன் இவன்தான். இப்போது என்ன நடக்கப் போகிறது? அந்த ஸ்ரீராமச்சந்திரனை இந்த பிராமணன் என்ன செய்யப் போகிறான்?"

சேடிகளின் வார்த்தைகளுக்கு நடுநடுங்கிவிட்டாள் அவள்.

"மாவீரன் மட்டுமே இல்லை. கடின இதயம் படைத்தவன். தன் தாய் ரேணுகா தேவியின் தலையைக் கொய்து விடுவதற்குக்கூட பின்வாங்காத கொடும்பாவி." பழுத்த சுமங்கலி ஒருத்தி புலம்பினாள். சீதை பயத்தினால் மேலும் நடுங்கினாள்.

தன்னைக் கவனித்துவிட்டு எல்லோரும் பேச்சை நிறுத்தி விட்டார்கள். தன்னை தேற்றுவதற்கு முற்பட்டார்கள். ராமனைப் பற்றிய துக்கத்தில் அவள் கண்ணீர் விட்டுக் கொண்டிருந்தாள். ராமனைப் பார்த்ததும் தன்னுள் ஏற்பட்ட பரவசம், அவன் வீரத்தைப் பார்த்தபோது ஏற்பட்ட பெருமை, சற்று நேரத்திலேயே அவன்தான் தனக்கு எல்லாமே என்று தன்னுள் ஏற்பட்ட உணர்வு. எங்கே இவற்றுக்கெல்லாம் குறுக்கீடு ஏற்படுமோ என்ற பயம். ராமனின் பிரதாபத்தின்மீது நம்பிக்கை இல்லாமல் இல்லை. இவர்கள் எல்லோரும் சொல்லிக் கொண்டிருந்த பரசுராமனின் கொடுங்கூரம் சீதையை கண்ணீர்விடச் செய்தது. பெற்றதாயையே கொலை செய்யத் துணிந்தவன். சீதைக்கு தலையைச் சுற்றுவதுபோல் இருந்தது.

அதற்குள் மேலும் இரண்டு சேடிகள் ஓடி வந்தார்கள்.

"பரசுராமன் அமைதி அடைந்து விட்டார். ராமனின் வீரத்தை ஒப்புக்கொண்டார். இருவருக்கும் நடுவில் நட்பு ஏற்பட்டது. ஏதோ ஒப்பந்தம் செய்து கொண்டார்கள்."

அந்த செய்தியுடன் அவளுக்குப் போன உயிர் திரும்பி வந்தாற்போல் இருந்தது. பிறகு தந்தை வந்து தன்னிடம் குசலம் விசாரித்தார். நடந்தது எல்லாம் நன்மைக்குத்தான் என்றும், ராமனின் பிரதாபம் சந்தேகமில்லாமல் நிரூபிக்கப்பட்டு விட்டதென்றும், அப்படிப்பட்ட வீரனைக் கணவனாக அடைந்த அதிர்ஷ்டசாலி என்று வாழ்த்திவிட்டுச் சென்றார்.

திருமணச் சந்தடி அடங்கியதும், சில மாதங்கள் கழிந்த பிறகு திருமண விசேஷங்களை நினைத்துப் பார்க்கும்போது பரசுராமனைப்பற்றிக் கேட்டாள் அவள். ராமன் பரசுராமனைப் புகழ்வதில் மூழ்கி விட்டான்.

'க்ஷத்திரியர்களைக் கொன்றவனை இந்த அளவுக்குப் புகழ் பாடுகிறீர்களே?" என்றாள் அவள்.

"அவர் சம்ஹரித்த க்ஷத்திரியர்கள் ஆரிய தர்மங்களைக் கடைப் பிடிக்காதவர்கள். வடக்கு எல்லை முழுவதும் அவர் ஆரிய தர்மத்தை முழுவதுமாக நிலை நாட்டி விட்டார். என்னுடைய எண்ணங்களைத் தெரிந்துகொள்ள வந்தார். சிவனின் வில்லை முறித்த நான் ஆரிய தர்மங்களைத் தொடர்ந்தால் நன்றாக இருக்கும் என்பது அவருடைய எண்ணம். ஆரிய தர்மங்கள் எனக்கும் கொண்டாடத் தகுந்தவை என்று தெரிந்து மகிழ்ச்சி அடைந்தார். என்னைத் தன்னுடைய வாரிசாக சுவீகரித்து, தெற்கு எல்லை முழுவதும் அந்த தர்மங்களை நிலைநாட்டும் பொறுப்பை என்னிடம் ஒப்படைத்து விட்டுச் சென்றார்."

"தாங்கள் தென்திசையில் எப்படி...." சீதையின் வார்த்தைகள் இன்னும் முடியவில்லை.

“நடக்க வேண்டியது நடக்கும். கேள்விகள் கேட்காதே” என்றான் ராமன்.

“ஆனால் அவர் தாயைக் கொலை செய்யப் போனாராம்.”

“தந்தையின் ஆணை அது. என்ன செய்ய முடியும்? பித்ருவாக்ய பரிபாலனத்தை மிஞ்சிய ஆரிய தர்மம் இருக்கிறதா?”

தங்களுடைய பேச்சு இன்னும் முடிவடைவதற்குள் தசரதரிடமிருந்து ராமனுக்கு அழைப்பு வந்தது. பட்டாபிஷேகச் சுபச்செய்தியுடன் திரும்பி வந்தான். மாளிகை முழுவதும் ஆனந்தம், கோலாகலம். ஆனால் மறுநாள் எல்லாம் தலைகீழாகி விட்டது. தாம் இவ்வாறு வனவாசம் வருவதற்கு விதை விதைக்கப்பட்டு பட்டாபிஷேகம் கனவாக மிஞ்சி விட்டது.

மறுபடியும் இத்தனை நாட்களுக்கு இந்த வனப்பிரதேசத்தில் ரேணுகாதேவியின் பெயர் மூலமாக பரசுராமனின் நினைவுகள் அசைபோட நேர்ந்தது. பரசுர்ராமன் கொலைசெய்யப் போன ரேணுகாதேவி இவள்தானா?

*** *** ***

இந்தக் கேள்விக்கு பதில் சீதைக்கு சிறிது காலத்திலேயே கிடைத்தது. எதிர்பாராமல் சீதை ரேணுகாதேவியைச் சந்தித்தாள்.

நதிக்கரைக்கு குளிக்கப்போன சீதைக்கு அங்கே மணலையும் களிமண்ணையும் பானைகளில் நிரப்பிக் கொண்டிருந்த பெண்கள் சிலர் தென்பட்டார்கள். அந்தப் பெண்களுக்கு நடுவில் பளிச்சென்று தேஜஸ் நிறைந்த பெண்மணியைப் பார்த்து ஈர்க்கப்பட்டாள் சீதை.

வயதில் பெரியவள்தான் என்றாலும் திடமாக இருந்த தோற்றம், வெள்ளை நிறக் கூந்தல். விசாலமான கண்களில் ஒரு விதமான பிடிவாதம். அமைதி ததும்பும் முகம். இதழ்களில் திருப்தி நிறைந்த முறுவல். சீதை ஒரு வினாடி கண்ணிமைக்காமல் அவளையே பார்த்தாள்.

அவளும் சீதையுடன் நதியில் இறங்கி குளித்துக்கொண்டே “உன்னை இதற்கு முன் எப்போதும் பார்த்ததே இல்லையே? யார் நீ? இந்த இடத்திற்கு புதிதாக வந்திருக்கிறாயா?” என்று கேட்டாள்.

சீதை தன்னுடைய விவரங்களைச் சொன்னாள்

“ஆரிய தர்மங்களை கானகத்திலும் நிலைநாட்டுவதற்கு புறப்பட்ட ராமனின் மனைவியா நீ?’ என்றாள் லேசாக வெறுப்புக் கலந்த குரலில்.

“பித்ருவாக்ய பரிபாலனம் செய்வதற்காக அவர் காட்டுக்கு வந்துள்ளார்.” அந்த வெறுப்பை பொருட்படுத்தாமல் திடமான குரலில் சொன்னாள் சீதை.

"அதுவும் ஆரிய சம்பிரதாயத்தில் ஒரு பகுதிதான். தந்தை சொன்னது நியாயமா அநியாயமா என்று யோசித்துப் பார்க்காமல் கண்மூடித்தனமாக பின்பற்றுவதுதான் ஆரிய தர்மம். என் மகனும் அதைத்தான் செய்தான். அந்த வேலையையே தானும் செய்கிறேன் என்றும், நாட்டில் மற்ற இனங்களிலும் ஆரிய தர்மத்தை நிலை நாட்டுவதாக உன் கணவன் என் மகனுக்கு வாக்குக் கொடுத்துள்ளான்." அவள் பேச்சில் கம்பீரம், மிடுக்கு.

"தாங்கள்தான் ரேணுகாதேவியா?" சந்தேகம் இல்லாவிட்டாலும் சீதை கேட்டாள்.

"ஆமாம். என்னைப்பற்றிக் கேள்விப் பட்டிருப்பாய். என் ஆசிரமத்திற்குப் போவோம் வா." ஆணையிடுவது போல் சொன்னாள் ரேணுகா.

"மன்னித்துக் கொள்ளுங்கள். நான் வர மாட்டேன்." சீதை பணிவுடனே சொன்னாள்.

ரேணுகா கலகல வென்று நகைத்தாள். நதியே சிரிப்பது போல் இருந்தது.

"உன் கணவன் வேண்டாம் என்று சொல்வான் என்றா?"

"இல்லை இல்லை. அவரிடம் உங்களைப் பற்றிப் பேசவே இல்லை."

"பின்னே சந்தேகம் ஏன்? வா போவோம்." ஒரு தாயைப் போல் ரேணுகா எடுத்துக் கொள்ளும் உரிமை சீதைக்கு புதிதாக இருந்தது.

பதில் சொல்லாமல் நின்றிருந்தாள்.

"என்னுடன் ஆசிரமத்திற்கு வா. அங்கே எத்தனையோ சிற்பங்கள், ஓவியங்கள் உனக்குப் பிடிக்கும். நீ மகிழ்ச்சி அடைவாய்."

"இன்னொருமுறை ஸ்ரீராமச்சந்திரனின் அனுமதி பெற்றுக்கொண்டு வருகிறேன்."

"உன் கணவன் அனுமதிக்க மாட்டான்." திரும்பவும் சிரித்தாள் ரேணுகா.

"உங்களுக்கு எப்படித் தெரியும்?" வெடுக்கெனக் கேட்டாள் சீதை.

"கணவர்கள், மகன்களைப் பற்றி எனக்கு தெரிந்த அளவுக்கு யாருக்கும் தெரியாது." ரேணுகாவின் சிரிப்பு அலையின் மேலிருக்கும் நுரைபோல மிதந்தது.

"உங்கள் கணவரும், மகனும் உங்களுக்கு அநியாயம் இழைத்திருக்கலாம். அதற்காக எல்லோரும் அப்படிப் பட்டவர்கள்தான் என்று நினைப்பது நியாயம் இல்லை. நான் இன்னொரு முறை உங்கள் ஆசிரமத்திற்கு வருகிறேன்."

சீதை ரேணுகாவுக்கு வணக்கம் தெரிவித்துவிட்டு, மேற்கொண்டு பேசுவதற்கு ஏதும்இல்லை என்பதை சொல்லாமல் சொல்லிவிட்டுப் பின்னால் திரும்பினாள்.

சீதையின் மனதில் ரேணுகாதேவியின் உருவம் பதிந்து போய் விட்டது. அவள் பேச்சில் நெருக்கமும், சிரிப்பில் அதிகாரமும் திரும்பத் திரும்ப நினைவுக்கு வந்தன. தாயைப்போல் அழைத்திருக்கிறாள். ஒரு முறை போய்விட்டு வந்தால் என்ன? ராம இலக்குமணர்கள் காட்டுக்குள் போகும்போது தான் ஒருமுறை ரேணுகாதேவியின் ஆசிரமத்திற்குப் போய்வந்தால் என்னவாகி விடும்?

சீதைக்கு ரேணுகாதேவியின் சிற்ப ஆலயத்தைப் பார்க்கவேண்டும் என்றும், அவளிடம் பேசவேண்டும் என்றும் விருப்பம் கூடிக்கொண்டே போயிற்று.

ராமனிடம் சொன்னாள்.

"இங்கே அருகில் ஒரு சிற்ப ஆலயம் இருக்கிறதாம். சில நாட்களுக்கு முன் முனிபத்தினிகள் எல்லோரும் போய் சிற்பங்களை, பானைகளை கொண்டு வந்தார்கள். எவ்வளவு அழகாக இருந்தன தெரியுமா? நானும் போய் எடுத்துக்கொண்டு வருகிறேன்."

"ஆமாம். சிற்பஆலயம் பற்றி நானும் கேள்விப்பட்டிருக்கிறேன். ஆனால் நீ எதற்கு? இலக்குமணனைக் கொண்டு வரச்சொல்வோம். எல்லாவற்றையும் உன்னால் சுமந்து கொண்டு வரமுடியுமா?" என்றான் ராமன்.

"எல்லாவற்றையும் பார்த்துவிட்டு பிடித்தவற்றைத் தேர்வுசெய்து கொள்கிறேன். அவற்றை இங்கே கொண்டு வருவதை அப்புறம் பார்த்துக் கொள்ளலாம்" என்றாள் சீதை.

"அப்படியே ஆகட்டும். போய் உனக்குப் பிடித்தமானவற்றைத் தேர்வு செய்துகொள்" என்றான் ராமன்.

ரேணுகாவைப்பற்றி ராமனுக்குத் தெரியுமோ தெரியாதோ? சிற்ப ஆலயத்தைப்பற்றித் தெரியும் என்று சொன்னதால் தெரிந்திருக்கக் கூடும். பரசுராமனின் தாய்மீது ராமனுக்கு மதிப்பு இருக்கலாம். அவள் பரசுராமனின் தர்மங்களை, ராமனின் தர்மங்களை எதிர்ப்பவள் என்ற விஷயம் ராமனுக்குத் தெரியாமல் இருக்கலாம். தனக்கு மட்டும் தெரிந்தது எவ்வளவு?

ரேணுகாதேவியைச் சந்தித்தால் தவிர அவளுடைய அபிப்பிராயங்கள் முழுமையாக தெரியாது.

சீதை சிற்பஆலயத்திற்குப் போவதற்காக விரைவாக வேலைகளை முடித்துக் கொண்டாள்.

சாந்தா சொன்ன அடையாளத்தை வைத்துக் கொண்டு சுலபமாகவே ஆசிரமத்தை அடைந்து விட்டாள். ரேணுகா வேலையில் மூழ்கியிருந்தாள். அவளுடன் மேலும் சில பெண்கள் மண்ணாலும், மணலாலும் சிற்பங்கள் செய்து கொண்டிருந்தார்கள். சீதையைப் பார்த்துவிட்டு அத்தனை வேலைக்கு நடுவிலும் எழுந்து வந்தாள் ரேணுகா.

'உன் கணவனின் சம்மதத்துடன்தான் வந்தாயா?'' என்று சிரித்தாள்.

"ஆமாம். அவருடைய அனுமதி பெற்றுத்தான் வந்தேன். அதில் வேடிக்கை என்ன? தவறு என்ன? நீங்கள் காட்டுவதாகச் சொன்ன சிற்பங்களைக் காட்டுகிறீர்களா?" என்றாள் சீதை.

ரேணுகா அன்புடன் சிரித்தபடி சீதையை சிற்ப ஆலயத்திற்குள் அழைத்துப் போனாள். அங்கே இருந்த சிற்பங்களைப் பார்த்ததும் சீதைக்கு வார்த்தைகளே வரவில்லை. மிதிலையில், அயோத்தியில் அரண்மனையில் வளர்ந்த சீதைக்கு சிற்பங்களின் அழகு தெரியாதது இல்லை. ஆனால், இவற்றை வடிவமைத்த முறையே வேறு. இந்த சிற்பப்பாணியை தான் ஒருநாளும் பார்த்ததில்லை. முழுவதுமாக மாறுபட்டு இருந்தது. அந்த வார்த்தையைத்தான் சொன்னாள்.

"இவை பெண்கள் செதுக்கிய சிற்பங்கள். நானும், என் சீடப் பெண்களும் செதுக்கியவை. மாறுபட்டுத்தான் இருக்கும். உருவமற்றுத்தான் இருக்கும்."

சீதையை வேறொரு இடத்திற்கு அழைத்துப் போனாள்.

"இதோ. இங்கே நீ எப்போதும் பார்க்கும் சிற்பங்கள் இருக்கின்றன."

அவையும் அழகுடன் மிளிர்ந்து கொண்டிருந்தன, அந்த அழகிலும் வளைவு நெளிவுகளை விட வலிமையும், கம்பீரமும் பளிச்சென்று தென்பட்டன.

சீதை தனக்கு வேண்டுமென்று சில சிற்பங்களை தேர்ந்தெடுத்துக் கொண்டாள்.

"சாதாரணமாக பெண்கள் சிற்ப வித்தையில் அடிஎடுத்து வைக்க மாட்டார்கள் இல்லையா? இது உங்களுக்கு எப்படி கைகூடியது? யாரிடம் கற்றுக் கொண்டீர்கள்?"

"சிறுவயது முதல் ஏற்பட்ட ஆர்வம். குரு என்று யாரும் இல்லை. எனக்கு நானே குரு." முறுவலித்த ரேணுகா சீதைக்கு சிற்றுண்டி கொண்டுவந்து கொடுத்தாள்.

"இதோ. இதை நான் உனக்குத் தனிப்பட்ட முறையில் கொடுக்கிறேன். இது மணலால் செய்யப்பட்ட பானை. சைகத கும்பம்!" ஒரு அழகான பானையை சீதையின் கையில் கொடுத்தாள்.

“மணல் கொண்டு செய்யப்பட்ட பானையா?’

“ஆமாம். இந்த வித்தை என் ஒருத்திக்கு மட்டும்தான் தெரியும்.”

“மிக அற்புதமாக இருக்கிறது.”

“ஆமாம். அற்புதம்தான். ஒவ்வொரு பெண்ணிடமும் இது இருக்க வேண்டும்.” முறுவலித்தாள் ரேணுகா.

“எதற்காக?”

“தம் பத்தினிதன்மை இந்த மணல் குடம் போன்றதுதான் என்று தெரிந்து கொண்டால் அவர்கள் நிம்மதியாக வாழ்க்கையை நடத்துவார்கள்.”

சீதைக்குப் புரியவில்லை. குழப்பத்துடன் பார்த்தாள்.

“இந்தப் பானையை செய்வதற்கு பெரும் அளவிற்கு ஒருமித்த கவனம் வேண்டும். அது தெரியாதவர்கள் என் கற்புடைமையால் மணலில் பானையை உருவாக்குவதாக நினைத்து விட்டார்கள். என் கற்புக்கு எந்தக் குறையும் இல்லை என்பதால் அப்படியே நினைத்துக் கொள்ளட்டும் என்று நானும் இருந்துவிட்டேன். கவனம் எப்போது வேண்டுமானாலும் சிதறலாம். காரணம் எது வேண்டுமானாலும் இருக்கலாம். என் விஷயத்தில் ஒரு ஆண்மகன் காரணமாக இருந்துவிட்டான். அந்த ஆண்மகனைப் பார்த்த மாத்திரத்தில் என் பத்தினித்தன்மை குலைந்து விட்டதென்று என் கணவர் கோபம் கொண்டார். பானையை இவ்வளவு நேர்த்தியாகக் செய்வதற்கு சாதனை, கவனம், மணல், அதில் கலக்க வேண்டிய தண்ணீரின் அளவு இன்னும் எத்தனையோ காரணங்கள் இருக்கும். அதை உணர முடியாத மகாஞானி ஜமதக்னி மகரிஷி. தவத்தின் மூலம் எவ்வளவு ஞானத்தைப் பெற்றாலும், மனைவியின் பத்தினித்தன்மையின் மீது பிடியைத் தளர்த்தாத முற்றும் துறந்த முனிவர்.”

ரேணுகாவின் குரலில் கடினமான ஏளனம்.

“அப்போது என்ன நடந்தது?” சீதை ஆர்வத்துடன் கேட்டாள்.

“என்னைக் கொன்றுவிடச் சொல்லி மகன்களிடம் ஆணையிட்டார். பரசுராமன் அதற்கு சித்தமானான். என் தலையைத் துண்டித்தான். பாதி தலை அறுந்த பிறகு என் கணவரின் கோபம் தணிந்தது. பரசுராமனை நிறுத்தச் சொன்னார். ஆசிரமப் பெண்கள், காட்டுவாசிப் பெண்கள் எனக்கு வைத்தியம் செய்து என் தலை கழுத்தின் மீது நிற்கும்படியாக செய்தார்கள். மாதக் கணக்கில் நான் சாவுக்கும் வாழ்வுக்கும் இடையே போராடினேன். மரணத்தின் விளிம்பு வரையில் சென்ற என் முன்னால் மூன்று பிம்பங்கள். மனம், வாக்கு, செயல் இம்மூன்றாலும் நான் போற்றிய கணவர் என் கற்பு, பத்து மாதங்கள் சுமந்து பெற்ற மகன், என் தாய்மை, ஒருமித்த

கவனத்தின் விளைவு வித்தை மணல் குடம், இந்த மூன்றும் ஒன்றுதான். அற்ப காரணங்களுக்காக சிதைந்து போய் விடும். வாழ்க்கை கத்திமுனையில் தொங்கிக் கொண்டிருக்கிறது."

சீதையின் கண்கள் முழுவதும் கண்ணீர். ரேணுகா மட்டும் கம்பீரமாக இருந்தாள்.

"வாழ்வுக்கும் சாவுக்கும் நடுவில் நடந்த அந்தப் போராட்டத்தின் போது எத்தனையோ கேள்விகள். கணவன், மகன்கள் என்ற பந்தங்கள் ஒரு பெண்ணுக்கு அவசியமா? அவசியம் இல்லை என்று முடிவு செய்து நான் அவர்கள் எல்லோரிடமிருந்தும் தொலைவாக வந்து விட்டேன். என் வித்தையுடன் வாழ்ந்து வருகிறேன். என் சீடர்களுக்கும் அதைத்தான் உபதேசம் செய்கிறேன். எப்போதாவது தவிர மணலைக் கொண்டு பானையை செய்ய மாட்டேன். கற்புடைமை எப்படிப்பட்டது என்று மறந்துவிடக் கூடாது என்று எப்போதாவது செய்வேன்."

"கணவன் தவிர பெண்களுக்கு வேறு உலகம் இருக்கிறதா? தாய்மையை விட பரமார்த்தம் பெண்களுக்கு வேறு என்ன இருக்கிறது? உங்கள் அனுபவத்தைக் கொண்டு எல்லோருக்கும் உபதேசம் செய்வது என்பது..."

"கணவன் தவிர வேறு உலகம் இல்லை என்று நினைப்பார்கள் பெண்கள். உண்மைதான். ஆனால் ஏதோ ஒருநாள் கணவன் தன் உலகத்தில் உனக்கு இடம் இல்லை என்று சொல்லுவான். அப்பொழுது நமக்கு என்ன ஆதாரம் இருக்கிறது? மகன்களைப் பெறுவதுதான் வாழ்க்கையில் லட்சியம் என்று நினைப்போம். அந்த மகன்கள் ஆண்களின் வம்சத்தின் குலக்கொழுந்தாகி, நாம் உணருவதற்குள் நம் கையை விட்டுவிட்டு தந்தையின் கட்டுக்குள் சென்று ஆணைகளுக்கு உட்படுவார்கள், அல்லது அவர்களே நம் வாழ்க்கையைத் தீர்மானிப்பவர்கள் ஆவார்கள். எதற்காக அப்படிப்பட்ட குழந்தைகளைப் பெறுவது? இது எனக்கு அனுபவமான அளவுக்குக் கடினமாக வேறு யாருக்கும் ஆகியிருக்காது. அந்த கடினமான உண்மை தெரிந்தபின் பிறருக்குச் சொல்வது என் கடமை இல்லையா? ஆனால் பிராம்மணர்கள் யாரும் என் பேச்சுக்கு மதிப்புத் தரமாட்டார்கள். இந்தக் காட்டில் உள்ள வெவ்வேறு இன மக்களுக்கு என் வித்தையைக் கற்றுக் கொடுத்து, என் அனுபவ சாரத்தை சொல்லி வருகிறேன்."

"ஆனால் திருமண பந்தம் இல்லையென்றால் சிருஷ்டியே நின்று விடாதா?

"எதற்காக நின்றுவிடும் சீதை? இந்தக் காட்டில் எத்தனையோ பிராணிகள் பிறந்து வளர்ந்து வருகின்றன. அவற்றுக்கெல்லாம் திருமண பந்தம் இல்லையே? பல்வேறு இனத்து மக்கள் இருக்கிறார்கள். அவர்களுடைய பழக்க வழக்கங்கள் உங்களுடைய ஆசாரங்களுடன் மாறுபட்டு இருக்கும்."

“அப்படி என்றால் மனிதர்கள் விலங்குகளைப் போல், நாகரிகம் இல்லாதவர்களாய் வாழவேண்டுமா ?”

“விலங்குகளிடம் அவ்வளவு தாழ்ந்த நோக்கு ஏன் சீதை? இயற்கையை, விலங்குகளை நாம் நேசிக்க வேண்டும். வழிபட வேண்டும். இணைந்து வாழவேண்டும். அதுதான் மனிதனின் கடமை. அந்தக் கடமையை விட்டுவிட்டு யாரோ எழுதிய புத்தங்களின் வரிகளை நாகரிகம் என்று நினைக்கிறாயா? நகரத்திலிருந்து காட்டுக்கு வந்திருக்கிறாய். நகரங்கள் வளர்த்துக் கொண்ட நாகரிகத்தின் மீது அவ்வளவு மமதை ஏன்? இயற்கை மனிதனின் ஆசான் அல்லவா?”

“உங்கள் பேச்சு எனக்குப் புரியவில்லை. அவை பெண்களுக்கு தீங்கு விளைவிக்கும் என்று தோன்றுகிறது.”

“தீங்கு ஒருபோதும் செய்யாது சீதை. குழந்தை தாய்க்குச் சொந்தம் ஆவதினால் அவர்களுக்கு எந்த தீங்கும் நேராது. சில பெண்களின் வாழ்க்கையில் குழந்தைகள் தம்முடைய தந்தை யார் என்று கேள்வி கேட்கும் சந்தர்ப்பமோ, கணவன் உன் குழந்தைக்கு தந்தை யார் என்று கேள்வி கேட்கும் சந்தர்ப்பமோ வரும் சீதை. அப்பொழுது அவர்களின் நிலைமையை நினைத்துப் பார். என் பேச்சு உனக்குப் புரியும்.”

“யாருக்கோ எப்போதோ ஏதோ நடக்கும் என்பதற்காக திருமணம் இல்லாமல் இருப்பதும், திருமணம் ஆகாமல் குழந்தைகளைப் பெற்றுக் கொள்வதும் எங்கேயாவது நடக்குமா? அது நல்ல வழக்கமாகுமா?” கோபமாகக் கேட்டாள் சீதை.

“நல்ல வழக்கமோ இல்லையோ, எனக்குத் தோன்றியதை சொல்கிறேன். யாருக்காக இருந்தாலும் அனுபவத்திலிருந்துத்தான் சத்தியம் புலப்படும். அவர்கள் உணர்ந்த சத்தியத்தை அவர்கள் சொல்லுவார்கள்.”

“உங்களுடைய சத்தியம் என்னுடைய சத்தியம் இரண்டும் ஒன்று இல்லை.”

“இல்லாமல் இருக்கலாம். உலகத்தைப் பார்க்கப் பார்க்க என் பேச்சில் இருக்கும் சத்தியம் உனக்குப் புரியக்கூடும்.”

சீதைக்கு அந்த உரையாடல் வியர்த்தமான வாதமாக தோன்றியது. சீதை வேகமாக எழுந்து கொண்டதில் காலருகில் இருந்த மணல் பானையில் வலது கால்பட்டு அது விழுந்து விட்டது. விழுந்ததில் உடைந்து விட்டது.

இந்த நிகழ்ச்சிக்கு சீதை பயந்து விட்டாள். ரேணுகாவின் முகத்திலும் கலவரம். ரேணுகா சீதையை அருகில் இழுத்து மார்போடு அணைத்துக் கொண்டாள். “உன்னிடம் எவ்வளவோ வலிமை இருக்கிறது சீதை. என் வார்த்தைகளை மறந்து விடாதே. உன்

வலிமைதான் உனக்கு பாதுகாப்பு. அப்படி இருக்க வேண்டுமென்று நான் ஆசீர்வதிக்கிறேன்."

சீதை தன்னை அறியாமலேயே ரேணுகாவின் பாதங்களின் விழுந்து வணங்கிவிட்டு அங்கிருந்து போய்விட்டாள்.

சீதை பற்றிய ஏதோ கவலை மனதை கலவரப் படுத்திகொண்டிருக்கையில் ரேணுகா அப்படியே சரிந்து உட்கார்ந்துவிட்டாள்.

**** ***** ****

சீதைக்கு இரண்டு மகன்களை வளர்ப்பதில் ஒரு நொடியும் ஓய்வு இருப்பதில்லை. வால்மீகி ஆசிரமத்தில் எட்டு ஆண்டுகள் எப்படிக் கழிந்தன என்று கூட சீதைக்கு நினைவு இல்லை. குழந்தைகளுக்கு அக்ஷராப்பியாசம் செய்ய வைத்து வால்மீகியிடம் படிப்பதற்கு அனுப்பிய பிறகு கொஞ்சம் சமயம் கிடைத்தது. அந்த நேரத்திலும் அவ்விருவரைப் பற்றிய நினைப்புதான். அவர்கள் திரும்பவும் வீட்டுக்கு வரும் வரையில் எந்த வேலை செய்து கொண்டிருந்தாலும் கண்கள் மட்டும் வாசல் பக்கமே நிலைத்திருக்கும். அவர்களின் மழலைச் சொற்கள், ராமனின் கதை பாடும் அவர்களின் இனிமையான குரல். குறும்பு சேட்டைகள். இவற்றுடன் சீதையின் வாழ்க்கை நிம்மதியாகக் கழிந்து கொண்டிருந்தது.

ஒருநாள் குடிலுக்கு வரும்போது குசன் லவன் இருவரும் மௌனமாக வாசல் அருகில் நின்று கொண்டிருந்த தாயின் பக்கம் ஏறெடுத்தும் பார்க்காமல் உள்ளே போனார்கள். சீதை வியப்புடன் உள்ளே வந்து தூக்கி வைத்துக் கொண்டிருந்த அவர்களுடைய முகத்தைப் பார்த்துவிட்டு நயமான குரலில் ......

"என்ன நடந்தது குழந்தைகளே? ஏன் அப்படி இருக்கிறீர்கள்?" என்று கேட்டாள்.

"அம்மா! எங்கள் தந்தை யார்?"

"அம்மா! நாங்கள் க்ஷத்திரியர்களா?"

சீதையின் முகம் நொடியில் நிறம் மாறியது அவர்கள் ஸ்ரீராமனின் குழந்தைகள் என்று அவர்களுக்குச் சொல்லும் எண்ணம் சீதைக்கு இல்லை.

இன்று குழந்தைகள் இப்படிக் கேட்கும்போது சீதையின் இதயம் பாறையாய் கனத்தது. துடியாய் துடித்தது.

"குழந்தைகள் தம்முடைய தந்தை யாரென்று கேள்வி கேட்கும் சந்தர்ப்பமோ, கணவன் உன் குழந்தைகளுக்குத் தந்தை யார் என்று கேட்கும் நாளோ சில பெண்களுக்கு வரும் சீதை. அப்பொழுது அவர்களின் நிலைமையை நினைத்துப் பார். என் பேச்சு உனக்குப்

புரியும்."

ரேணுகாவின் வார்த்தைகள் காதருகில் முணுமுணுத்தாற் போல் ஒலித்த போது இரத்தம் முழுவதும் முகத்திற்கும், அங்கிருந்து தலைக்கும் பாய்ந்தது. அந்த மனக் கொந்தளிப்பிலிருந்து விடுபட்டு பழைய நிலைக்கு திரும்புவதற்கு சீதைக்கு சிறிது நேரம் பிடித்தது. மெதுவாக சமாளித்துக் கொண்டாள்.

இந்தக் கேள்விகள் இன்று விட்டால் நாளைக்கு வரும். பதில் சொல்லாமல் இருக்க முடியாது. ஆசிரமத்தில் விவரம் தெரியாத குழந்தைகள் யாராவது லவ குசர்களிடம் இதைப் பற்றிப் பேசியிருக்கலாம். குழந்தைகள் குழப்பத்துடன் இனம் தெரியாத வேதனையுடன் வந்திருக்கிறார்கள். அவர்களுக்கு பதில் சொல்லக்கூடிய சக்தியை தன் மகன்களுக்கு அளிக்க வேண்டும் சீதை குழந்தைகள் இருவரையும் அருகில் இழுத்துக் கொண்டாள்.

"நீங்கள் க்ஷத்திரிய புத்திரர்கள்தான் கண்களா?" என்று இருவரையும் கொஞ்சினாள்.

"பின்னே எங்கள் தந்தை?" இருவரும் ஒரே நேரத்தில் கேட்டார்கள்.

"உங்கள் தந்தை சாகேதன். மாவீரர். மக்களுக்கு நன்மைப் பயக்கும் ஒரு பெரிய செயலில் ஈடுபட்டுள்ளார். அது எவ்வளவு பெரிய காரியம் என்றால் அந்த வேலையில் அவருக்கு ஒரு நிமிடம் கூட ஓய்வு கிடைக்காது. சில வருடங்கள் அந்த மாபெரும் காரியத்தைத் தவிர அவருக்கு வேறு எதையும் கவனிக்கும் அவகாசம் இல்லை என்பதால்தான் நம்மை வால்மீகி தாத்தாவிடம் தங்க வைத்திருக்கிறார்."

"என்ன வேலை அது அம்மா?" அப்பாவித்தனம் கலந்திருந்த குசனின் முகத்தில் அந்த காரியத்தைப் பற்றிய மதிப்பு வெளிப்பட்டது.

"இந்த உலகத்தில் மக்கள் எந்த வேதனையும் இல்லாமல் வாழவேண்டும் என்ற மாபெரும் முயற்சி குழந்தாய். அதற்கு மிஞ்சி எனக்கும் தெரியாது."

"அந்த வேலை முடிந்த பிறகு எங்களுக்காக எங்கள் தந்தை வருவாரா அம்மா?"

"கட்டாயம் வருவார். வந்து உங்கள் இருவரையும் தூக்கிக்கொண்டு முத்தம் கொடுத்து தன்னுடன் அழைத்துச் செல்வார்."

குழந்தைகளின் முகம் மகிழ்ச்சியால் மலர்ந்தது. சந்தோஷம் தாங்க முடியாமல் கலகல வென்று சிரித்தார்கள்.

"இனி போய் என் பூஜைக்காக பூக்களைக் கொண்டு வாருங்கள்" என்றாள் சீதை. அவ்விருவருக்கும் அங்கிருந்து நகர வேண்டுமென்று தோன்றவில்லை. தம்முடைய தந்தையைப் பற்றி முதல்முறையாக அறிந்து கொண்டிருக்கிறார்கள். அவர் க்ஷத்திரியர். மக்களுக்காக மாபெரும் காரியத்தை தொடங்கியிருக்கும் மகானுபவர். லவனுக்கு ஒரு சந்தேகம் வந்தது.

"அம்மா! எங்கள் தந்தை வீரர்தானா? க்ஷத்திரியர்களுக்கு வில்வித்தை போர் வித்தைகள் எல்லாம் வந்திருக்க வேண்டும் இல்லையா? எங்கள் தந்தைக்கு அந்த வித்தைகள் எல்லாம் வருமா?"

சீதை பெருமையுடன் சிரித்தாள்.

"அந்த வித்தைகளில் உங்கள் தந்தைக்குச் சமமானவர்கள் இந்த பூமியிலேயே இல்லை."

குழந்தைகள் இருவரும் தாயை அணைத்துக் கொண்டார்கள்.

"அம்மா! தந்தை தன்னுடைய வேலையை முடித்துக் கொண்டு எப்போது வருவாரோ? எங்களுக்கு க்ஷத்திரிய வித்தைகள் எல்லாம் எப்படி வரும்? இந்த ஆசிரமத்தில் எங்களுக்கு யார் கற்றுத் தருவார்கள்? எங்கள் தந்தை வந்து எங்களைப் பார்த்து என்ன நினைத்துக் கொள்வார்? என்ன செய்வது அம்மா?"

சீதைக்கு அவர்களுடைய தவிப்பைப் பார்க்கும் போது சிரிப்புதான் வந்தது.

"உங்களுக்கு க்ஷத்திரிய வித்தைகளை கற்க வேண்டும் என்று தோன்றுகிறது. அவ்வளவுதானே. நான் கற்றுத் தருகிறேன்."

"நீங்களா?"

"ஏன்? நானும் க்ஷத்திரியப் பெண்தானே?"

"ஆனால் பெண்கள் யுத்தம் செய்ய மாட்டார்கள் இல்லையா?"

"தேவை ஏற்பட்டால் பெண்கள் என்ன வேண்டுமானாலும் செய்வார்கள். எனக்கு எல்லா வித்தைகளும் தெரியும். நாளை முதல் உங்களுக்கு அம்மா மட்டுமே இல்லை குருவும் கூட. சரிதானே?"

குழந்தைகள் கொண்டாட்டத்துடன் குத்தித்து கும்மாளம் போட்டார்கள்.

வால்மீகி மகரிஷியிடம் சொல்லிவிட்டு சீதை லவ குசர்களுக்கு வில்வித்தை கற்றுக் கொடுக்கத் தொடங்கினாள். தாயின் திறமையைப் பார்த்து குழந்தைகள் வியப்படைந்து விட்டார்கள்.

தாய்மீது இருந்த அன்புக்கு இந்த பெருமை துணை சேர்ந்துகொண்டது. தம் தந்தை வருவதற்குள் தாங்கள் மாவீரர்களாகிவிட வேண்டும் என்ற நினைப்பு தவிர வேறு எண்ணம்

இல்லாமல் தாயிடமிருந்து வித்தைகளைக் கற்று வந்தார்கள். வால்மீகி ஆசிரமத்தில் ராமாயணத்தை கானம் செய்து இளைப்பாறிக் கொண்டிருந்தார்கள்.

வளர்ந்து வரும் குழந்தைகளைப் பார்க்கும் போது சீதையின் மனதில் கவலையும் அதிகரித்துக் கொண்டிருந்தது. குழந்தைகள் தினமும் ஏதோ ஒரு சாக்கில் தந்தையைப் பற்றிய பிரஸ்தாபனை கொண்டு வந்து கொண்டிருந்தார்கள். தந்தையைக் காண வேண்டும் என்ற அவர்களின் துடிப்பைப் பார்க்கும் போது சீதையின் இதயத்தில் பாரம் ஏறுவது போல் இருந்தது.

"அம்மா! எங்கள் தந்தை எங்களுக்கு எப்போது தென்படுவார்?" ஒரு நாள் லவன் தீனமாய் கேட்டான்

இரண்டு குழந்தைகளையும் வாரி அணைத்துக் கொண்டாள் சீதை.

"இன்னும் சிறிது காலம் பொறுமையாக இருக்க வேண்டும் குழந்தைகளே. சொன்னேன் இல்லையா? சில காரணங்களினால் அவர் அஞ்ஞாதமாக வாழ்ந்து வருகிறார். தற்சமயம் அவர் யார் என்று ஒருவருக்கும் தெரியக்கூடாது. சமயம் வரும்போது உங்களுக்குத் தெரியும்."

அந்த வார்த்தைகளுக்கே குழந்தைகள் இருவரின் முகமும் சந்தோஷத்தால் மலர்ந்து விட்டது.

"அந்த சமயம் விரைவில் வந்தால் நன்றாக இருக்கும். இல்லையா அம்மா?" குசனின் முகத்தில் ஏதோ தெரியாத எதிர்பார்ப்பு.

"இப்போது உங்களுக்கு என்ன குறை வந்துவிட்டது? தாத்தா படிப்பு சொல்லித் தருகிறார். நான் உங்களுக்கு வில்வித்தையைக் கற்றுத் தந்து கொண்டிருக்கிறேன். நான் கற்றுக் கொடுக்க வேண்டியது நிறைய இருக்கிறது."

"நீங்கள் கற்றுக் கொடுப்பது முடிந்தவுடன் எங்கள் தந்தையார் வந்து இனி மீதம் இருப்பதை கற்றுத் தருவாரா?"

சீதை சிரித்தாள்.'

"நான் கற்றுக் கொடுக்க வேண்டியதை எல்லாம் கற்றுக் கொடுத்து விட்டால் இனி உங்கள் தந்தையார் வந்து கற்றுக் கொடுப்பதற்கு எதுவும் இருக்காது."

"அப்படி என்றால் தந்தையாரை விட உங்களுக்குத்தான் அதிகம் தெரியுமா?"

"கூட குறைவு இல்லை கண்ணா! ஒரு காலத்தில் பெரிய வில்லொன்று இருந்தது. அதை எடுத்து அம்பு விடக் கூடியவர்கள்

மிகவும் குறைவு. அந்த வித்தை எனக்கும் உங்கள் தந்தைக்கும் சமமாகவேத் தெரியும்."

"எங்களுக்கும் அந்த வித்தையை கற்றுக் கொடுங்கள் அம்மா. தந்தை வருவதற்குள் அதைக் கற்றுக்கொண்டு வெளிப்படுத்தினால் அவர் வியப்படைந்து போவார் இல்லையா அம்மா."

"எனக்கு நிறைய வேலை இருக்கிறது. உங்களுடன் பேசிக்கொண்டு உட்கார முடியாது." சீதை அங்கிருந்து எழுந்து போய் ஆசிரமத்தின் பின் பக்கம் சென்றாள். வேலை எதுவும் இருக்கவில்லை. வேலையை ஏற்படுத்திக்கொண்டு செய்ய வேண்டும் என்ற விருப்பமும் இல்லை.

தந்தைக்காக குழந்தைகள் ஏங்குகிறார்கள். கனவுகள் காண்கிறார்கள். தந்தையைப் பற்றி எதுவும் தெரியாவிட்டாலும், அந்த தந்தைக்கு இவர்கள் இருவரும் பிறந்து வளர்கிறார்கள் என்று தெரியாவிட்டாலும் அவர்களுக்குத் தந்தை வேண்டும். தந்தையின் பெயரைக் கொண்டு மகன்கள் வளர வேண்டும்.

தான் ஜானகி... பூமியின் புத்திரி என்றாலும் ஜனகனின் வளர்ப்பில் ஜானகி ஆனாள். இவர்கள் இருவரும் ராமனின் மகன்களாக அடையாளம் காணப்பட்டால்தான் மதிப்பு. ராமன் தாசரதி. அந்தப் பெயர் என்றால் ராமனுக்கு மிகவும் விருப்பம், கௌரவம், பெருமை. இந்தக் குழந்தைகளுக்கு அது போன்ற அடையாளம் வேண்டும். அதுதான் உலக நியதி.

ஆனால் அது நடக்குமா? ராமன் இந்தக் குழந்தைகளை வாரி அணைத்துக் கொள்வானா? தன்னுடைய பெயரை வழங்குவானா? தன்னுடைய வம்ச வாரிசுகளாக ஏற்றுக் கொள்வானா? ஒருவேளை அப்படி நடக்காமல் போனால் இந்த குழந்தைகளின் மனம் எவ்வளவு வேதனை அடையும்?

ராமன் இவர்களை மகன்களாக ஏற்றுக்கொண்டு அயோத்திக்கு அழைத்துப் போய்விட்டால் தான் என்ன செய்வாள்?

உயிருக்கும் மேலாக வளர்த்த தந்தையிடமிருந்து விலகி ராமனின் கையைப் பற்றிக் கொண்டாள்.

உயிருக்கு உயிராக நேசித்த ராமன் தன் கையை விட்டு விட்டான்.

உயிரைக் கொடுத்து பெற்று வளர்த்த குழந்தைகளை, தன் கைகளால் பலமாக பற்றிக்கொள்ள வேண்டுமா? பற்றிக்கொண்டால் இருப்பார்களா? தந்தை அழைத்தால் ஓடிவிட மாட்டார்களா?

தன்னிடம் என்ன இருக்கிறது? உலகத்திற்கு தலைவணங்கி ராமன் சுமத்திய அபவாதம் தவிர?

ராமனிடம் ராஜ்ஜியம் இருக்கிறது. தனக்காகக்கூட விட்டுக் கொடுக்க முடியாத மோகம் அந்த ராஜ்ஜியம். குழந்தைகள் அந்த ராஜ்ஜியத்தை தனக்காக விட்டுக் கொடுப்பார்களா? அவர்களுடைய க்ஷத்திரிய இரத்தம் விட்டுக்கொடுக்க அனுமதிக்குமா?"

யோசனைகளுடன் சீதையின் மனம் அல்லகல்லோலம் பட்டது.

ஒரு தாயாக தனக்கு இவர்கள் மீது எந்த அதிகாரமும் இல்லை. தனக்கு அந்த அதிகாரத்தின் மீது எந்த மோகமும் இருந்தது இல்லை. அன்பு! தந்தையை நேசித்தாள். ராமனைக் காதலித்தாள். குழந்தைகளை நேசித்தாள். எந்த அன்பிலும் அதிகாரம் இல்லை. தேவை இல்லை. இயற்கை தனக்கு அளித்த வரம் இந்தக் குழந்தைகள். மான் குட்டிகளைப் போல்தான் இவர்களை வளர்த்தாள். வளர்ந்த பிறகு மான்குட்டிகள் காட்டுக்குள் சென்றுவிட்டால் இனி திரும்பி வராது. இந்த குழந்தைகளும் அப்படித்தான்.

சீதை மனதை கட்டுக்குள் கொண்டு வருவதற்கு பெரும்முயற்சி செய்து கொண்டிருந்தாள்.

**** **** *****

லவகுசர்கள் வால்மீகியுடன் சேர்ந்து அயோத்திக்குச் சென்று பத்து நாட்களாகி விட்டிருந்தன. பத்து நாட்களாய் சீதையின் மனம் ஒரு நிலையில் இல்லை. அயோத்தியில் இந்த குழந்தைகளுக்கு ஸ்ரீராமச்சந்திரனின் தரிசனம் கிடைக்குமா? அவர் இவர்களை அடையாளம் தெரிந்து கொள்வாரா? வால்மீகியிடம் கேட்பாரா? வால்மீகி சொல்லும் யதார்த்தத்திற்கு ராமன் எப்படி நடந்து கொள்வார்? ராமன்தான் தங்களுடைய தந்தை என்று தெரிந்தால் குழந்தைகள் எப்படி நடந்து கொள்வார்கள்? தம்முடைய தந்தை ஸ்ரீராமன் என்று தெரிந்தால் அந்த குழந்தைகளின் சந்தோஷம் வானத்தைத் தொட்டுவிடும். ஆனால் அதற்குப் பிறகு? அங்கே எல்லாம் வெளிப்பட்டுவிட்டு ராமன் குழந்தைகளுக்காக வந்தால், குழந்தைகள் தன்னை விட்டுப் போய்விடுவார்களா? ராமன் தன்னை வரச் சொல்லுவாரா?

வரச் சொன்னால்மட்டும் தான் போய் விடுவாளா?

குழந்தைகள் தன்னைவிட்டுப் போக மாட்டேன் என்று சொன்னால்?

சொல்ல மாட்டார்கள். தந்தை என்றால் அவர்களுக்கு அன்பு. பெருமை.

தான் சொன்ன வார்த்தைகளால் தந்தையை தெய்வமாக நினைக் கிறார்கள்.

பெற்று வளர்த்து, தந்தையை மிஞ்சிய வீரர்களாக தயார் செய்த இந்தக் குழந்தைகளை விட்டுக்கொடுக்க வேண்டியதுதான். தந்தை

வந்து கேட்டால் என்னுடைய குழந்தைகள் என்று சொல்வதற்கு வாய்ப்பே இல்லை. அவர்கள் ரகு வம்சத்திற்கு சேர்ந்தவர்கள். அந்த வம்சத்தை நிலை நாட்ட வேண்டியவர்கள்.

திரும்பவும் சீதைக்கு ரேணுகாவின் நினைவு வந்தது.

ரேணுகாவின் வார்த்தைகளால் அன்று தனக்கு அருவருப்பு ஏற்பட்டது. இப்பொழுது ரேணுகாவின் வேதனை புரிகிறது. ராமன் அக்னிப்பரீட்சை கேட்ட அன்றும், காட்டுக்கு அனுப்பிவைத்த அன்றும் ரேணுகா தயாரித்த மணல் குடம் நினைவுக்கு வந்தது. அகல்யா, ரேணுகா, தான் எல்லோரும் சந்தேகத்திற்கு ஆளானவர்கள்தாம். அவமானத்திற்கு உட்பட்டவர்கள்தாம்..

ராமன் துறந்து விட்டதால் குன்றிவிட்டிருந்த தன்னை அகல்யாதான் திரும்பவும் மனுஷியாக மாற்றினாள்.

அன்று அகல்யா தொலைநோக்குப் பார்வையுடன் சொல்லியிருந்தாள்.

எந்த எதிர்பார்ப்புகளையும் வைத்துக் கொள்ளாமல் குழந்தைகளை மான் குட்டிகளைப் போல் வளர்க்கச் சொன்னாள். தனக்குப் பெரிய எதிர்பார்ப்புகள் இல்லை. ஆனால் குழந்தைகள் தன்னை விட்டு தொலைவாகப் போய் விடுவார்கள் என்றால் வயிற்றுக்குள் எங்கேயோ ஏதோ சுருண்டு விட்டதுபோல் வேதனை. சில சமயம் அந்த வேதனை பயங்கரமாக உடல் முழுவதையும் ஆட்டிப் படைத்துக் கொண்டிருந்தது. மாபெரும் சூனியம் மனதை முழுமையாக சூழ்ந்து விட்டதுபோல் இருந்தது. கண் முன்னால் ஒளிவீசிக்கொண்டிருந்த நிலவுகள் திடீரென்று மறைந்து விட்டால் எல்லாமே இருள்தானே.

அந்த இருட்டில் தன் கையைப் பிடித்து அழைத்துச் செல்பவர்கள் யார்?

"நான் இல்லையா குழந்தாய்" பூமாதேவி அன்புடன் சொன்ன வார்த்தைகளுக்கு ஆயிரம் யானைகளின் பலம்.

தன் தாய் சுதந்திரமாக இருப்பவள். தான் தாயிடம் போவாள். தன் தாய் சர்வ சக்திகள் படைத்தவள். அதனால் தன்னை ஆதரித்து அரவணைத்துக் கொள்ளும் வாய்ப்பு இருக்கிறது. புத்திரர்கள், பித்ருக்கள், பித்ருவாக்ய பரிபாலனம், கற்புடமை, தாய்மை எல்லாவற்றையும் பார்த்திருக்கிறாள். தான் அறியாத கோணம் அகல்யா, சூர்ப்பனகை, ஊர்மிளா. யாரும் ஒருநாளும் உணர்ந்திராத அனுபவம் ரேணுகாவுடையது. அவள் பெற்ற மகனின் கொடூரத்தைப் பார்த்திருக்கிறாள். தந்தையின் சொல்லை வேதவாக்காக எடுத்துக்கொண்டு தாயின் தலையைக் கொய்வதற்குத் தயாராகிவிட்ட, தர்மத்திற்கு கட்டுப்பட்ட மகனின் கொடூரத்தைக் கண்டிருக்கிறாள். அந்த கொடூரத்திற்கு அடிப்படையாக இருந்தது என்னவென்று

உணர்ந்திருக்கிறாள். அப்பொழுது அவளுக்குள் எவ்வளவு சுழல்கள் உருவாக்கி இருக்குமோ? அவற்றின் ஆழம் ஆரிய தர்மங்களுக்கே சவால்விடும் ஆழம்.

தன்னிடம் அவ்வளவு சக்தி இருக்கிறதா? வம்சத்திற்கு வாரிசுகளை கொடுத்துவிட்டு பாசத்தைத் துறந்து தன் தாயின் மடியில் அடைக்கலம் புகுதல். அவ்வளவுதான். ஆனால் அந்தச் செயலே ஆரிய தர்மங்களை எதிர்ப்பது போல்தானே.

சூர்ப்பனகை, அகல்யா, ரேணுகா, ஊர்மிளா ஒவ்வொருவருடையதும் ஒவ்வொரு கதை. ஒவ்வொருத்தருடையதும் ஒவ்வொரு வழி. தன்னுடைய வழி, தன் போக்கு தன்னுடையது.

அவர்களின் அனுபவங்களிலிருந்து கற்றுக் கொள்ள வேண்டியதை கற்றுவிட்டாள். தொடக்கத்தில் எல்லோரிடமும் தனக்கு எதிர்ப்பு, கோபம். பிறகு எல்லோருடைய வாழ்க்கையிலும் வேதனை ஒன்றுதான் என்று தெரிந்தபிறகு சமரசம், நட்பு. தன்னைப் போன்றவர்களின் வேதனையைக் கேட்டபிறகு நான் தனியள் இல்லை என்ற தைரியம். பெண்கள் சமுதாயத்தில் தானும் ஒருத்தி என்ற நினைப்பு. அது கொடுத்த தைரியத்தில்தான் அத்தனை பெரிய அபவாதத்துடன், இரட்டைக் குழந்தைகளைக் கருவில் சுமந்தாள். அவர்களை சந்தோஷமாக வளர்த்தாள். எல்லா வித்தைகளையும் கற்றுக் கொடுத்தாள்.

சீதையின் எண்ணங்களைச் சிதறடிப்பதுபோல் வால்மீகி மகரிஷி வந்தார். அவருக்கு ஆசனத்தை வழங்கி உபசரித்தாள்.

“அம்மா! ராமன் எல்லாவற்றையும் உணர்ந்து கொண்டான். லவ குசர்களை தன்னுடைய மகன்களாக அடையாளம் கண்டுகொண்டான். அவர்களைத் தகுந்த முறையில் மதிப்புடன் ஏற்றுக்கொள்வதற்கு சித்தமாகி விட்டான்.”

வால்மீகியின் குரலில் மகிழ்ச்சி நிரம்பியிருந்தது. அவருடைய கடமையை அவர் செய்து முடித்து விட்டார். ஸ்ரீராமனின் குழந்தைகள், தன்னுடைய கதாநாயகனின் புத்திரர்கள் தன்னுடைய ஆசிரமத்தில் பயிற்சி பெற்று தந்தையிடம் ஒன்று சேரப் போகிறார்கள். தன்னுடைய காப்பியம் தந்தை மகன்களின் இணைப்புடன் சுபமாக முடியப் போகிறது என்ற உற்சாகத்துடன் இருந்தார்.

சீதை நிலை தடுமாறாமல் “நல்லதுதானே முனி ஸ்ரேஷ்டரே ” என்று மட்டும் சொன்னாள்.

அப்பொழுது அவருடைய மகிழ்ச்சிக்குத் தடை ஏற்பட்டது.

சீதையின் விஷயம் முடிவாக வேண்டும் இல்லையா? தடுமாறினார்.

“அம்மா! ராமன் உன்னை சபைக்கு வந்து சபையோர் முன்னிலையில் உண்மையைச் சொல்லச் சொன்னான். அதற்குப் பிறகு நீதான் பட்டமகிஷி. வீரத்தாய். ராஜமாதா.”

சீதைக்கு விழுந்து விழுந்து சிரிக்க வேண்டும் போல் இருந்தது.

வால்மீகியின்மீது இருந்த மதிப்பின் காரணமாக கட்டுப்படுத்திக் கொண்டாள். முறுவல் மாறாமல் கேட்டாள். “அவ்வளவு தேவை எனக்கு இருக்கிறது என்று நினைக்கிறீர்களா? அந்த பிரயாசைக்கு அர்த்தம் இருக்கிறதா?”

வால்மீகி மகரிஷிக்கு வார்த்தைகளே வரவில்லை. ஆனால் சீதையின் திடமான தீர்மானமான அந்தரங்கம் புரிந்தது.

“உனக்கு எடுத்துச் சொல்லக் கூடிய சக்தி, துணிச்சல் எனக்கு இல்லை அம்மா” என்று சீதையின் தலையில் கையைவைத்து மனதிலேயே வாழ்த்திவிட்டுப் போய்விட்டார்.

லவ குசர்கள் வரும்முன்பே தன்னுடைய பயண ஏற்பாடுகள் முடிந்து விட வேண்டும் என்று சீதை அந்தப் பணியில் ஈடுபட்டாள். விடைபெற வேண்டியவர்கள் நிறைய இருந்தார்கள்.

***** ***** *****

லவகுசர்கள் வந்து தாய் இல்லாத ஆசிரமத்தைப் பார்த்து திகைத்துப் போனார்கள். அவர்களுக்கு இப்போது எல்லாமே தெரியும்.

தாயைப் பற்றி கேட்பதற்காக வால்மீகியிடம் சென்றார்கள்.

வால்மீகி சீதையின் வார்த்தைகளை அவர்களிடம் தெரிவித்தார்.

அவர்களுக்கு முதல்முறையாக தாயின் மீது கோபம் வந்தது.

தந்தை சொன்னதுபோல் ஒருமுறை நிறைந்த சபையில் பேசி தன்னுடைய குற்றமற்ற தன்மையை நிரூபித்து இருந்தால் எவ்வளவு நன்றாக இருக்கும்? தங்களுக்கும் நன்றாக இருந்திருக்கும். அந்த சின்னஞ்சிறு இதயங்களில் மெல்லிய தீயின் புகைச்சல்.

அவர்கள் இப்போது முனிவரின் ஆசிரமத்தில் வளரும் பச்சிளம் பாலகர்கள் இல்லை. ஆரிய புத்திரர்கள். அரச குமாரர்கள். வருங்கால அரசர்கள். பூமியின் மகள் சீதையை அவர்கள் என்றாவது புரிந்துகொள்வார்களோ, மாட்டார்களோ?

மீட்சி

பதினான்கு வருட வனவாசத்தை, பல விதமான இன்னல்களை, மாபெரும் சாகரத்தைத் தாண்டி அயோத்தியாவுக்குத் திரும்பி வரும் சீதை, ராம, இலக்குமணர்களை வரவேற்பதற்கு அந்தப்புரம் முழுவதும் திரண்டு வந்திருந்தது.

ஊர்மிளா ஒருத்தியைத் தவிர!

ஆர்வத்துடன் நாலாப்பக்கமும் தேடிய சீதையின் கண்களுக்கு ஊர்மிளா எங்கேயுமே தென்படவில்லை. மாமியார்களின் அரவணைப்புகள், குசல விசாரிப்புகள், மாண்டவி, ஸ்ருதகீர்த்தியின் நட்பு கலந்த பேச்சுக்கள், உபசரிப்புகள்...இவை எதுவும் சீதையின் மனதில் பதியவில்லை.

"ஊர்மிளா எங்கே? உடல்நலம் சரியாக இல்லையா?" பரபரப்பு கொஞ்சம் அடங்கிய பிறகு தங்கை ஸ்ருதகீர்த்தியை அருகில் இழுத்துக் கொண்டே மெதுவான குரலில் கேட்டாள் சீதை.

"ஊர்மிளா எங்கே?"

ஸ்ருதகீர்த்தியின் முகம் நிறம் மாறியது. அவள் முகத்தைப் பார்த்ததும் சீதைக்கு பயம் ஏற்பட்டது.

"ஊர்மிளாவுக்கு என்னவாயிற்று? நலம்தானே?"

சீதையின் பதற்றம் புரிந்தாலும் என்ன சொல்வது என்று தெரியவில்லை ஸ்ருதகீர்த்திக்கு.

அவள் ஊர்மிளாவைப் பார்த்து பதினான்கு வருடங்கள் ஆகிவிட்டன.

"பதில் பேசாமல் அப்படிப் பார்க்கிறாயே? ஊர்மிளா எங்கே? எப்படி இருக்கிறாள்?" சீதை கவலையுடன் கேட்டாள்.

"ஊர்மிளா எப்படி இருக்கிறாள் என்று எனக்குத் தெரியாது. அக்காவை நீங்கள் போன நாள் முதல் பார்க்கவில்லை."

சீதைக்கு ஒன்றும் புரியவில்லை. தன் காதில்தான் தவறாக விழுந்திருக்கக் கூடும் என்று நினைத்தாள். குரலை உயர்த்தி "ஸ்ருதகீர்த்தி! நான் ஊர்மிளாவைப் பற்றிக் கேட்கிறேன்" என்றாள்.

"நானும் ஊர்மிளாவைப் பற்றித்தான் சொல்லிக் கொண்டிருக்கிறேன். நீங்கள் போன பிறகு ஊர்மிளா யார் கண்ணிலும் படவில்லை.

தன்னுடைய மாளிகையிலிருந்து வெளியில் வரவில்லை. யாரையும் உள்ளே அனுமதிக்கவில்லை."

திகைத்துப் போனாள் சீதை.

"யாரையுமேவா? மாமியார்களைக் கூடவா?"

"யாரையுமே வர விடவில்லை. சேடிகள் மட்டும் போய் வந்து கொண்டிருந்தார்கள். அவளுடைய அறையில் நுழைவதற்கு சாருமதி ஒருத்திக்கு மட்டும்தான் அனுமதி இருந்தது. அவள் ஊர்மிளாவின் யோகக்ஷேமத்தை எங்களிடம் சொல்லுவாள்."

சீதைக்கு மூச்சு முட்டுவது போல் இருந்தது.

பதினான்கு வருடங்கள் மனிதர்களுடன் பேசாமல், தன் வீட்டாரைப் பார்க்காமல் எப்படி இருந்தாள்? அப்படி இருக்க வேண்டும் என்று முடிவு செய்வதற்கு அவள் மனம் எந்த அளவுக்குக் காயமடைந்து இருக்கவேண்டும்? பதினான்கு வருடங்கள்! அவள் ராம இலக்குமணர்களையும், தன்னையும் மன்னிப்பாளா?

"இன்று நாங்கள் வருகிறோம் என்ற செய்தி ஊர்மிளாவுக்குத் தெரியுமா?"

சுருதகீர்த்தி தலையைக் குனிந்து கொண்டாள்.

சீதை உடனே ராமனிடம் செல்ல வேண்டும் என்று நினைத்தாள். ஆனால் அமைச்சர்கள், தம்பிகள், நகரப் பிரமுகர்கள் சூழ்ந்திருக்கும் அந்த நேரத்தில் ராம, இலக்குமணர்களை நெருங்குவது சாத்தியம் இல்லை என்று தோன்றியது.

அதற்குள் ஸ்ருதகீர்த்தி ஒரு பெண்மணியை அழைத்து வந்தாள்.

"இவள்தான் சாருமதி."

சீதை இனிமேலும் தாமதம் செய்யவிரும்பவில்லை. "வா அம்மா. ஊர்மிளாவிடம் செல்வோம்."

"அவள் யாரையும் பார்க்கமாட்டாள்" என்றாள் சாருமதி சுருக்கமாக.

"யார் காரணமாக அவள் எல்லோருக்கும் தொலைவாக வாழ்ந்து கொண்டிருக்கிறாளோ அவர்களே வந்திருக்கிறார்கள் என்று தெரிந்தால் அவள் கட்டாயம் அவர்களைப் பார்ப்பாள். வழி நட"

சீதை கண்களாலேயே சாருமதிக்கு ஆணையிட்டாள். ஊர்மிளாவின் மாளிகை நூறு யோஜனை தொலைவில் இருப்பது போல் தோன்றியது. எவ்வளவு தூரம் நடந்தாலும் வரவில்லையே, ஏன்?

******

கானகத்தில் இருந்தபோதெல்லாம் இலக்குமணனுடன் ஊர்மிளாவும் தம்முடன் இருந்தால் எவ்வளவு நன்றாக இருக்கும் என்று சீதைக்கு தோன்றிக்கொண்டே இருந்தது. ராம இலக்குமணர்கள் தம்முடைய பணியில் கானகத்தில் சஞ்சரித்துக் கொண்டிருந்தபோது தானும், ஊர்மிளாவும் சேர்ந்து கானகத்தின் நறுமணத்தை நுகர்ந்திருக்கலாம் இல்லையா என்று நினைத்துக் கொள்வாள்.

ஏன் இலக்குமணன் ஊர்மிளாவை அழைத்துக் கொண்டு வரவில்லை? அந்த விஷயத்தை எப்பொழுது பிரஸ்தாபித்தாலும் மௌனம் கடைபிடிப்பானே தவிர இதழ் பிரியமாட்டான் இலக்குமணன்.

தாம் காட்டுக்குக் கிளம்பி வரும்போது எங்கும் களேபரம் மற்றும் குழப்பம்தான்.

தசரதரின் உடல் நலக் குறைவு, கௌசல்யாவின் துக்கம். அந்தப்புரம் முழுவதும் அல்லகல்லோகமாய் இருந்தது. தான் ராமனுடன் கூட போவதற்கு எல்லோரையும் சம்மதிக்க வைப்பதே பெரும்பாடாக இருந்தது. இறுதியில் சரயூ நதியைத் தாண்டும்போது மனம் சிறிது அமைதி அடைந்ததும் ஊர்மிளா தம்முடன் வரவில்லை என்ற விஷயம் மனதைத் தாக்கியது. இந்த ரகளையில் ஊர்மிளா தலையிடவே இல்லை என்றும், தங்களுக்கு விடை கொடுக்கவும் வரவில்லை என்றும் உணர்ந்த பிறகு சீதையின் கவலை அதிகரித்தது.

அத்துடன் ராமனை அடிக்கடி கேட்டுக் கொண்டிருந்தாள்.

“ஊர்மிளா தானும் வருவேன் என்று சொல்லவில்லையா? இலக்குமணன் தனியாகப் போகும்போது அவள் எவ்வளவு துக்கம் அடைந்திருப்பாள்? ஆரண்ய வாசம் கடினமாக இருக்குமென்று நினைத்து விட்டாளா? அப்படி இருக்கும் பட்சத்தில் இலக்குமணனும் அயோத்தியில் தங்கியிருந்தால் நன்றாக இருந்திருக்கும். நமக்காக ஊர்மிளாவை தனியளாக்கிவிட்டு வருவது உகந்த செயலாகுமா?”

இப்படி சீதை பேசும்போது ராமன் சமயத்திற்கு ஏற்றவாறு பதில் சொல்லி சமாதானப் படுத்துவான். அயோத்தியில் மாமியார்களுக்கு பணிவிடை புரிய ஊர்மிளா இருந்தாக வேண்டும். கௌசல்யாவை யார் பார்த்துக் கொள்வார்கள்? கணவனை இழந்து, மகனை விட்டுப் பிரிந்திருக்கும் மாமியாருக்குத் துணையாக இல்லாமல் சீதை ஆரண்ய வாசத்திற்கு புறப்பட்டு வந்துவிட்டாள். அவளுக்கு ஊர்மிளாவைத் தவிர வேறு யார் இருக்கிறார்கள்? மூன்று மாமியார்களுக்கு மூன்று மருமகள்கள் இருக்க வேண்டாமா? முக்கியமாக தாய் கௌசல்யாவை ஒவ்வொரு நிமிடமும் கவனமாகப் பாதுகாக்க வேண்டும் இல்லையா?

ராமன் இன்னும் பல விஷயங்களை சொல்லி வந்தான். அந்தப்புரத்தில் நிறைவேற்ற வேண்டிய பொறுப்புகள் எத்தனையோ இருக்கும். மகாராணியாக கௌசல்யா அந்த பொறுப்புகளை சாமர்த்தியமாக நிறைவேற்றி வந்தாள். இப்போ அவளுக்கு சக்தி போதாது. கொஞ்சமும் ஆர்வம் இருக்க வாய்ப்பில்லை. அந்த பொறுப்புகளைக் கடை பிடிக்கும் பாரத்தை ஊர்மிளாவைத் தவிர யாரால் ஏற்றுக் கொள்ள முடியும்?

"சீதா! நீயே சொல். அந்த விஷயத்தில் உன்னை விட ஊர்மிளாவுக்கு சாமர்த்தியம் அதிகம் இல்லையா? நாம் அயோத்தியில் இருந்தபோது அம்மா உன்னை விட ஊர்மிளாவிடம்தானே அதிகமாகப் பொறுப்புகளை ஒப்படைத்து வந்தாள்?"

"ஆமாம்" என்றபடி சீதை யோசனையில் ஆழ்ந்து விடுவாள். ஊர்மிளாவுக்கு லௌகீக விவகாரங்களில் சாமர்த்தியம் அதிகம். கண்பார்வையாலேயே ஆணையிடுவாள். அந்தப்புரத்தில் நிறைவேற்றப் படவேண்டிய எல்லா முறைகளும் அவளுக்குத் தெரியும். தந்தை கூட அந்த விஷயத்தில் தங்கையைத்தான் பாராட்டுவார்.

"உனக்கு வில்வித்தையில், செடிகொடிகளை ரசிப்பதில் இருக்கும் ஆர்வம் மற்ற விஷயங்களில் இல்லை கண்ணம்மா" என்று சொல்லுவார்.

உண்மைதான். அந்தப்புர விதிகளில், அவற்றைக் கடைப்பிடிப்பதில் சீதைக்குக் கொஞ்சமும் ஆர்வம் இருக்கவில்லை. பூங்காவனத்தில் விளையாடுவது, வில் வித்தையைப் பயிலுவது, இயற்கையின் மடியில் இளைப்பாறுவது - இவை போதும் சீதைக்கு. அயோத்திக்கு வந்த பிறகும் மாமியாரிடமிருந்து பொறுப்புகளை ஏற்றுகொள்ள ஆர்வம் காட்ட வில்லை. ஊர்மிளா மட்டும் கௌசல்யாவின் பின்னாலேயே இருந்து வந்தாள்.

சீதைக்கு அந்தப்புரத்தை விட ஆரண்யம் நிம்மதியாக இருந்தது. இங்கே நட்பு ஏற்படுத்திக் கொள்வதற்கும், மதிப்புடன் நடத்துவதற்கும் மனிதர்கள் இருப்பார்களே தவிர அதிகாரம் காட்டுவதற்கு அல்ல. இந்த சகவாசம் சீதைக்கு ரொம்ப பிரியமாக இருந்தது.

"உனக்குப் பிரியமானது ஊர்மிளாவுக்கும் பிரியமானதாக இருந்தாக வேண்டும் என்று கட்டாயம் இல்லையே? நீ பூமியின் மகள். இயற்கையை நேசிப்பவள். ஊர்மிளாவுக்கு நகர வாழ்க்கை, அந்தப்புரத்தின் பொறுப்புகள் பிரியமாக இருக்கலாம் இல்லையா?"

ராமன் எவ்வளவுதான் சமாதானப் படுத்தினாலும் சீதை ஊர்மிளாவிற்காகக் கவலைப்படுவாள்.

கணவனின் பிரிவை சகித்துக் கொள்வது எல்லாவற்றையும் விட பெரிய கஷ்டம் இல்லையா?

அது எவ்வளவு பெரிய கஷ்டம் என்று ராவணனின் சிறையில் இருந்தபோது சீதைக்கு நன்றாகப் புரிந்தது.

சீதை இயற்கையை நேசிப்பவள் என்று தெரிந்ததால் ராவணன் அவளை அசோகவனத்தில் தங்க வைத்தான். அந்த வனத்தின் சௌந்தர்யம் வார்த்தைகளுக்கு அப்பாற்பட்டது. மிதிலையில், அயோத்தியில் எங்கேயும் காண முடியாத வைபவம். ராவணன் பைத்தியம் போல் பிதற்றுவானே தவிர சீதையை ஏறெடுத்துப் பார்க்கும் துணிச்சல் அவனுக்கு இல்லை. சீதைக்கு அவன் துரும்பிற்கு சமம்.

இருந்தாலும் கடத்தலுக்கு இலக்காகி, தன்னைக் காப்பாற்றுவதற்காக கணவன் வருவான் என்று காத்திருப்பது சீதைக்கு நரகத்திற்குச் சமமாக இருந்தது.

ராமன் வருவான். ராவணனைக் கொல்லுவான். இதில் சீதைக்கு எந்த சந்தேகமும் இருக்கவில்லை. தன்னைத்தான் காப்பாற்றிக் கொள்ளக் கூடிய சக்தியைக் கட்டுப்படுத்திக்கொண்டு, எந்த முயற்சியும் செய்யாமல் உட்கார்ந்திருப்பது தான் பொறுமையை சோதித்தது

ராமனின் மனம் சீதைக்குத் தெரியும். ராவணனைத் தான்தான் சம்ஹரிக்க வேண்டும் என்ற ராமனின் சங்கல்பத்திற்கு முன்னால் சீதையின் பிரதாபம் பின்வாங்க வேண்டியதாகி விட்டது.

“நமக்கிடையே இருக்கும் பந்தத்தில் உங்களுக்கு மிகவும் விருப்பமானது என்ன?” சீதை ராமனிடம் கேட்டாள் ஒருநாள்.

“உன்னைக் கண்ணின் இமை போல் காப்பது. உன் காலில் சிறிய முள் குத்தினாலும் நான்தான் எடுக்கவேண்டும். உன்னை நெருங்கும் கொடிய மிருகங்களை நான் கொல்லவேண்டும். உன்னைக் காப்பாற்றி வருகிறேன் என்ற எண்ணம் எனக்கு அயோத்தியைக்கு சக்கரவர்த்தியாய் இருப்பதை விட அதிகம் பெருமையை, சந்தோஷத்தைக் கொடுக்கும்” என்றான் ராமன்.

“என்னை நான் காப்பாற்றிக் கொள்ள முடியும். வில்வித்தையில் நான் உங்களுக்குக் குறைந்தவள் இல்லை'' என்றாள் சீதை முறுவலுடன்.

ராமனின் முகம் சுண்டிவிட்டது: “நான் உயிருடன் இருக்கும்போது உன்னை நீ காப்பாற்றிக் கொள்ள வேண்டிய அவசியமே வராது. வரவும் கூடாது. நீ எனக்காகக் காத்திருக்க வேண்டும். என் வலிமையான கரங்களின் பாதுக்காப்பிற்காக எதிர்பார்க்க வேண்டும். அப்படி அல்லாமல் உன்னை நீயே காப்பாற்றிக் கொண்டுவிட்டால் இனி நான் எதற்கு? அதுபோல் ஒருநாளும் செய்யமாட்டேன் என்று எனக்கு சத்தியம் செய்துகொடு.”

சீதை ராமனின் கையில் கையை வைத்தாள்.

கடத்தப்பட்ட பிறகு, அசோகவனத்தில் காத்திருப்பதைத் தவிர சீதைக்கு வேறு வழி இல்லாமல் போய் விட்டது. அப்பொழுது பதியைப் பிரிந்த வேதனையில் இருந்தவளுக்கு ஊர்மிளாவின் நினைவு ஒவ்வொரு நொடியும் வந்து கொண்டிருந்தது.

'அந்த அந்தப்புரத்தின் மீது உனக்கு இவ்வளவு ஈர்ப்பு ஏனம்மா?' என்று தன்னுடைய வேதனையில் ஊர்மிளாவையும் சேர்த்துக் கொள்வாள்.

இறுதியில் ராவண சம்ஹாரம் நடந்தது. அக்னிப்பரீட்சை முடிந்தது.

"அயோத்தி சீதை ராமர்களின் வருகைக்காக காத்திருக்கிறது" என்று ராமன் பெருமையுடன் சொன்னபோதும் சீதைக்கு ஊர்மிளாவைப் பார்க்க வேண்டும் என்ற தவிப்புதான்.

'ஊர்மிளா எவ்வளவு மகிழ்ச்சியாக இருக்கிறாளோ? தன்னுடைய மாளிகையை எவ்வளவு அழகாக ஜோடனை செய்திருப்பாளோ? இலக்குமணனின் முன்னிலையில் தான் தோன்றப் போகும் அந்த தருணத்திற்காக தன்னை எப்படியெல்லாம் அலங்காரம் செய்து கொண்டிருப்பாளோ?'

அந்தப்புரத்திற்குப் போய்ச்சேர்ந்ததும் மாமியார்களை வணங்கிவிட்டு இலக்குமணனுடன் சேர்ந்து ஊர்மிளாவிடம் போக வேண்டும். இலக்குமணனை ஊர்மிளாவிடம் ஒப்படைத்து விட்டு, அவர்கள் பொங்கிப் பூரிப்படைவதைக் கண்ணாரக் காணவேண்டும், சில நிமிடங்கள் அவர்களின் தனிமைக்கு இடைஞ்சலாக இருந்தாலும் சரி, முதலில் ஊர்மிளாவின் மாளிகைக்குச் சென்ற பிறகே தன்னுடைய மாளிகைக்கு செல்லவேண்டும்.

அந்தக் காட்சியை அடிக்கடி ஊகித்துக் கொண்டு சந்தோஷமடைந்து கொண்டிருந்த சீதையைப் பார்த்துவிட்டு..

"மகிழ்ச்சியால் ஒளிவீசிக் கொண்டிருக்கும் உன் வதனம் மிகவும் அழகாக இருக்கிறது சீதா" என்றான் ராமன்.

"ஊர்மிளாவின் சந்தோஷத்தை ஊகித்துப் பார்க்கும்போதே என் மனதிற்கு இதமாக இருக்கிறது" என்றாள் சீதை மதுரமாக சிரித்துக் கொண்டே.

ராமனும் சீதையுடன் சந்தோஷத்தைப் பகிர்ந்து கொண்டான். இருவரும் பொருள்பொதிய இலக்குமணனைப் பார்த்து முறுவலித்தார்கள்.

தனக்காகப் பதினான்கு ஆண்டுகள் மனைவியின் பிரிவை சகித்துக் கொண்ட தம்பியைப் பார்த்து ராமனின் இதயம் பெருமையால்

பூரித்துப் போயிற்று. இலக்குமணனை அருகில் இழுத்துக் கொண்டு நெஞ்சாரத் தழுவிக் கொண்டான்.

எதிர்பாராமல் கிட்டிய அண்ணனின் அணைப்பிற்கு இலக்குமணன் புளகாங்கிதமடைந்தான். நகரத்தை நெருங்க நெருங்க மூவரின் மனங்களும் பௌர்ணமி இரவில் பொங்கி எழும் சாகரத்தைப் போல் இருந்தன.

எத்தனையோ எண்ணங்கள், நினைவுகள், வித்தியாசமான உணர்வுகள்! உத்வேகத்துடன் வந்தால், மார்போடு அணைத்துக் கொள்வதற்கு ஊர்மிளா எதிர்ப்படவில்லை.

இதயத்தைக் கிழிப்பதுபோல் ஊர்மிளா தனக்குத்தானே விதித்துக் கொண்ட பதினான்கு வருட அஞ்ஞாதவாச செய்தி!

ஊர்மிளாவின் மாளிகை வெளிப்புறம் முழுவதும் அலங்கரித்து இருந்தார்கள். அவள் அறையின் கதவுகள் மட்டும் திறந்து கொள்ளவில்லை.

சாருமதி மென்மையாக கதவைத் தட்டிவிட்டு 'அம்மா! உங்கள் சகோதரி ஜானகிதேவி உங்களைப் பார்க்க வேண்டும் என்று வந்திருக்கிறாள்" என்றாள்.

சீதையின் மனம் ஒரு நிலையில் இருக்கவில்லை.

'ஊர்மிளா எப்படி இருப்பாள்? என்ன கேள்வி கேட்பாள்? தான் என்ன பதில் சொல்ல வேண்டும்?'

கதவுகள் திறக்கப்படவில்லை.

சீதை தானே அழைத்தாள். "ஊர்மிளா! நான்தான் உன் சகோதரி வந்திருக்கிறேன். எல்லாம் விவரமாக சொல்கிறேன். எங்களை மன்னித்துவிட்டுக் கதவைத் திற."

ஊர்மிளாவின் அறைக் கதவுகள் திறந்துகொண்டன.

எதிரே ஊர்மிளா! சீதை ஒரு வினாடி திக்பிரமை அடைந்துவிட்டாள். சீதைக்குத் தெரிந்த ஊர்மிளா இல்லை இவள். முன்பு அந்தக் கண்களில் கொஞ்சம் அப்பாவித்தனம் இருந்தது. மேலும் கொஞ்சம் அரச குலத்து கம்பீரம் இருந்தது. உடல்கூறும் மிகவும் மிடுக்காக ராணியைப் போல் இருந்தது.

இப்போது அந்த இரண்டு கண்களிலும் என்ன ஜொலிப்பு அது? அவள் தோற்றத்தில் ஏதோ தெரியாத ஸ்திதபிரஞ்ஞை! காம்பீர்யம்! முகத்தில் அந்த தேஜஸ் என்ன? சீதை திகைப்பிலிருந்து மீண்டுகொண்டிருந்த போது ஊர்மிளா வந்து தமக்கையின் கால்களில் விழுந்து வணங்கி விட்டு ஆசனத்தில் அமரச் செய்தாள்.

"ஊர்மிளா! பதினான்கு வருடங்களாக உன்னைப் பற்றியே யோசித்துக் கொண்டிருந்தேன். மிகவும் வேதனைப்பட்டேன்."

சீதையின் கண்களிலிருந்து இனியும் தாங்க முடியாது என்பதுபோல் கண்ணீர் வெளியில் பொங்கியது.

"எங்கள் மீது உனக்குக் கோபம் இருக்கலாம்."

ஊர்மிளா கம்பீரமாக அன்பு கலந்த முறுவலை உதிர்த்தாள்.

"எனக்கு யார் மீதும் கோபம் இல்லை."

"பின்னே ஏன் எல்லோருக்கும் தொலைவாக ...... கோபம் இல்லாவிட்டால் இப்படி ஒரு அறையில் சிறைப்பட்டிருப்பாயா? உன் கோபத்தை வெளிப்படுத்து. சண்டை போடு. ஆனால் இப்படி யாருக்குமே இல்லாமல் போய்விடாதே. ஏன் இப்படிச் செய்கிறாய் என்று மட்டும் சொல்."

ஊர்மிளா சிரித்தாள்.

"சொல்கிறேன் அக்கா! உன்னிடம் அல்லாமல் வேறு யாரிடம் சொல்லப் போகிறேன்? உன்னைத் தவிர யாராலும் புரிந்து கொள்ள முடியாது. அதுதான் மௌனமாக இருந்து விட்டேன்"

சீதை ஆர்வத்துடன் எதிர்பார்த்துக் கொண்டிருந்தாள்.

"அக்கா! நான் முதலில் கோபம் கொண்டுதான் இந்த அறையின் கதவுகளைச் சாத்தினேன். என் கணவர் என்னிடம் ஒரு வார்த்தைகூட சொல்லாமல், நான் என்று ஒருத்தி இருக்கிறேன் என்ற யோசனையே இல்லாமல், அண்ணன் மட்டுமே உலகம் என்று போய்விட்டார். அன்று கோபத்தால் தகித்துப் போய்விட்டேன். இந்த அந்தப்புரத்தை என் எதிர்ப்பால் தலைகீழாக்கி விட வேண்டும் நினைத்தேன். எல்லோரும் உங்களுக்காக வருத்தப்பட்டுக் கொண்டு இருந்தார்கள். என் பக்கம் திரும்பிப் பார்ப்பவர்களே இருக்கவில்லை. இயலாமை கலந்த கோபம். நானும் யாரையும் ஏறெடுத்துப் பார்ப்பதாக இல்லை. அறப்போராட்டத்தைத் தொடங்கினேன்."

சீதையின் மனம் அன்றைய ஊர்மிளாவைக் கண்டுகொள்ள முயற்சி செய்து கொண்டிருந்தது.

"தொடங்கியபோது அது கோபமாகத்தான் இருந்தது. ஆனால் நாளடைவில் அது சத்தியத்திற்காக, என்னுள் நான், என்னுடன் நான் புரியும் தேடுதலாக மாறியது. எனக்கு ஏன் இவ்வளவு கோபம்? என்னை நானே தகித்துக் கொள்ளும் ஆத்திரம். எதிர்ப்பட்டவர்களை எல்லாம் தகித்து விட வேண்டும் என்ற அளவுக்குக் கோபம். எனக்கு ஏன் இந்த துக்கம்? காரணம் தெரியும். ஆனால் அந்த காரணத்தை ஊடுருவிப் பார்க்க வேண்டும் என்ற தவிப்பு என்னை அறியாமலேயே என்னுள் பிறந்தது. கோபம் என்றால் என்ன? எதற்காக இந்த துக்கம்? சந்தோஷம் எதற்கு? என் உடலுக்கும், என்னுள் ஏற்படும் இந்த ஆவேசத்திற்கும், உத்வேகத்திற்கும் நடுவில் இருக்கும் சம்பந்தம் என்ன?

இப்படி எத்தனையோ கேள்விகள்.. அவை தமக்குள் என்னை இணைத்துக் கொண்டன. என் உடலைக் கூர்ந்து கவனிக்கத் தொடங்கினேன். என் யோசனைகளை, அவை என்னுள் ஏற்படுத்தும் ஆவேசத்தை கவனிக்கத் தொடங்கினேன். அந்த கவனத்திற்கு சிறிய இடைஞ்சல் ஏற்பட்டாலும் எனக்கு அமைதி இல்லாமல் போயிற்று. அதனால்தான் நான் தனிமையை விரும்பினேன். தனியாக இருப்பதை அல்ல. தனிமையை! என்னுள் நான், என்னோடு நான் உரையாடும் தனிமையை!"

"அந்த உரையாடல் என்னையும், என்னைச் சேர்ந்த மனிதர்களையும் எதிரெதிரே நிற்க வைக்கும். எங்கள் உறவுகளைப் பிளந்துப் பார்க்கும். ஒவ்வொரு உறவையும்... நம் தந்தை, நீ, இலக்குமணன், ராமன், கௌசல்யா... இப்படி எல்லோருடனும் என் உறவின் இறுதி அம்சம் என்னவென்று அடுக்கடுக்காகப் பிரித்துப் பார்த்தேன்.

"சகோதரியாக உன்னை நேசித்தபோது, என்னை விட்டுவிட்டு உன் கணவருடன் நீ போய்விட்டபோது, நம் இருவருக்கும் நடுவில் இருந்த உறவில் நிகழ்ந்த மாற்றம் எப்படிப்பட்டது? ஏன் அப்படி நடந்தது? அன்பைக் கோபமாக மாற்றும் வேதியல் செயல்பாட்டின் மூலப் பொருள் என்ன?

"அசூயை, துவேஷம், அன்பு, மதிப்பு, கௌரவம்... இவற்றுக்கு நடுவில் வேறுபாடு என்ன? உண்மையிலேயே வேறுபாடுகள் இருக்கின்றனவா? அல்லது ஒரே நிறத்தின் நிழல் வேற்றுமைகளா? ஒரு நிழலில் இன்னொரு வெளிச்சம், ஒரு வெளிச்சத்தில் இன்னொரு நிழல் எப்படி புகுந்து கொள்ளும்? எது வெளிச்சம்? எது நிழல்?

"ஒவ்வொரு கேள்வியும் பிறக்கப் பிறக்க என்னுள் போர்புரிவதற்கு முன்னால் ஏற்படுவதுபோன்ற உற்சாகம் கிளர்த்து எழும்பியது. நம்முடைய கணவர்மார்கள் இந்த பதினான்கு வருடங்களும் ராக்ஷஸ சம்ஹாரத்திற்காக போர்புரிந்ததாகக் கேள்விப்பட்டேன். அதனால் அமைதி நிலவியதோ, நிலவப்போகிறதோ எனக்குத் தெரியவில்லை. ஆனால் இந்தக் கேள்விகளுடன் நான் புரிந்த யுத்தத்திலிருந்து பெரியதோர் அளவில் அமைதியும், சந்தோஷமும் பெற்றேன்."

ஊர்மிளாவின் முகத்தில் அந்த அமைதி வெளிப்படையாக தென்பட்டுக் கொண்டிருந்தது. சீதை ஊர்மிளாவை வியப்புடன் பார்த்துக் கொண்டே அவளுடைய பேச்சை கேட்டுக்கொண்டே, அவள் செய்ததாகச் சொன்ன யுத்தத்தை ஊகித்துப் பார்த்துக் கொண்டிருந்தாள். அவளுக்குள் இலக்குமணனைப் பற்றிய தவிப்பு தொடங்கியது.

"இலக்குமணனுக்கு உன் மீது அன்பு இருக்கிறது ஊர்மிளா. அவரிடம்..."

சீதையின் பேச்சுக்கு குறுக்கிட்டாள் ஊர்மிளா.

"பதினான்கு வருடங்களுக்குப் பிறகு சந்திக்கப் போகிறோம், நாங்கள் இருவரும். நான் மட்டும் நிறைய மாறி விட்டேன். மாறுதல் வாழ்க்கைக்கு குறியீடு. அதற்கு அவர் கொடுக்கும் மதிப்பைப் பொறுத்துதான் எங்கள் இருவரின் வாழ்க்கைப் பயணம் தொடரும்.

"நான் துவேஷமில்லாமல் நியாயத்தைப்பற்றி கேள்வி கேட்கக்கூடிய ஞானத்தை சம்பாதித்துக் கொண்டேன். இலக்குமணனுடன் என் உறவு 'அவர் என் ஞானத்தை எப்படிப் புரிந்து கொள்வார், எந்த அளவுக்கு மதிப்பு தருவார்?' என்பதைப் பொறுத்து முடிவு செய்யப்படும்.

"அவர் மற்ற அதிகாரங்களைக் கைவிடாமல், அவற்றுக்கு அடிபணிந்து கொண்டே, என்மீது மட்டும் தன் அதிகாரத்தை விட்டுக் கொடுப்பாரா? இப்போது என்னால் சொல்ல முடியவில்லை. எது எப்படி நடந்தாலும் என்னுடைய அமைதி மட்டும் குலையாது. அந்த அமைதி அடுத்த நபருக்கும் வேண்டுமா வேண்டாமா என்பதுதான் கேள்வி."

சீதையின் முகத்தில் தென்பட்ட பதற்றம் ஊர்மிளாவுக்குப் புரிந்தது.

மேலும் விவரமாக எடுத்துச் சொன்னால் சீதையின் கவலை குறையுமோ? முயற்சித்துப் பார்க்க நினைத்தாள். "என்னைச் சுற்றிலும் இருப்பவர்களுடன் என் உறவுகளில் இருந்த எனது அதிகாரத்தை உணர்ந்தபோது, எனக்கு எல்லாமே புரிந்துவிட்டாற்போல் உணர்வு ஏற்பட்டது. எல்லா துக்கங்களுக்கும் மூலகாரணம் அதிகாரம்தான் அக்கா! இன்னொரு வேடிக்கை தெரியுமா? இந்த அதிகாரத்தை நாம் அடைய வேண்டும். அதை விட்டுக்கொடுக்க வேண்டும். நான் யாருடைய அதிகாரத்திற்கும் அடிபணிய மாட்டேன். என்னுடைய அதிகாரத்தால் யாரையும் கட்டுப்படுத்த மாட்டேன். அப்போது சுயவிடுதலை அடைந்துவிட்ட உணர்வு எனக்கு. இனி என்னுள் எஞ்சியிருப்பது ஆனந்தம், பேரமைதி, எல்லையில்லா அன்பு, எல்லோர் மீதும் இரக்கம்."

"பாவம்! இந்த அதிகாரச் சுழலில் சிக்கி மனிதர்கள் எப்படி நலிந்து கொண்டிருக்கிறார்கள்? விடுதலை பெறும் வழி தெரியாமல் அமைதியற்று, துக்கத்தில், துவேஷத்தில் அழுகிப் போய்க் கொண்டிருக்கிறார்கள் இல்லையா?

"எல்லோருக்கும் இந்த அமைதியின் ரகசியத்தைச் சொல்வோமா என்று நினைத்தேன்.

"ஆனால் யாருக்குப் புரியும்?

"பதினான்கு வருடங்கள் சத்தியத்தை சோதிப்பதில் நான் புரிந்த தவத்தை தூக்கம் என்று நினைப்பவர்களுக்கு என் பேச்சு புரியுமா?

"தூங்கி விட்டேனாம் நான். தூக்கத்திற்கும், விழிப்புக்கும் அர்த்தம் தெரியுமா இவர்களுக்கு?

"என்றாவது நிம்மதியாகத் தூங்கியிருக்கிறார்களா? அல்லது விழித்துக்கொண்டிருக்கும்போது முழு உணர்வோடுதான் இருந்தார்களா?

"என்னுடையது தூக்கம் என்கிறார்கள். என் பேச்சைக் கேட்டால் பைத்தியம் என்பார்கள்."

"இல்லை ஊர்மிளா! உன் பேச்சு மிகவும் நன்றாக இருக்கிறது. உண்மையிலேயே நீ பெரும் தவம் செய்திருக்கிறாய்."

"உனக்குப் புரியும் என்று எனக்குத் தெரியும் அக்கா. அதனால்தான் இன்று வாயைத் திறந்தேன். ஆனால் அக்கா... உன் வாழ்க்கையில் எனக்கு வந்ததுபோல் பரீட்சை நேரம் வந்தால், அப்போது அந்தப் பரீட்சை உன்னை சாதாரணத்தன்மைக்கு, அழுக்குக் குட்டையில் தள்ளிவிடாமல் துவேஷத்தாலோ, கோபத்தாலோ உன்னை தகித்துக் கொள்ளாமல் உன்னை நீ காப்பாற்றிக் கொள். உன் மீது அதிகாரத்தை நீயே எடுத்துக்கொள். மற்றவர் மீது உன் அதிகாரத்தை விட்டுவிடு. அப்போது உனக்கு நீ சொந்தமாவாய். உனக்கு நீ எஞ்சியிருப்பாய். நமக்கு நாம் எஞ்சியிருப்பது என்றால் சாதாரணம் இல்லை அக்கா. என் பேச்சை நம்பு."

ஊர்மிளா பேசப்பேச சீதைக்குள் ஒரு அமைதி பரவியது. ஒரே நாளில் இத்தனை வருட ஊர்மிளாவின் வாழ்க்கையைப் புரிந்துகொள்ள முடியாது என்று நினைத்தாள் சீதை. ராமனிடம் ஊர்மிளா பேசியதைச் சொன்னாள்.

"இந்த அதிகாரம் என் தம்பியைப் பாதிக்காது இல்லையா?" என்றான் ராமன்.

"ஊர்மிளாவைப் பார்த்தாலே வேதனை எல்லாம் தீர்ந்துவிடும் போல் இருக்கிறது" என்றாள் சீதை. ஊர்மிளாவை அவ்வப்போது பார்த்துக் கொண்டு, அவளுடைய பேச்சு, அவள் சிரிப்பு, அவள் அமைதி, அவள் தேஜஸ் எல்லாவற்றையும் நுகர்ந்துக் கொண்டிருந்தாள் சீதை.

******

இலக்குமணன் கானகத்தில் விட்டுவிட்டுப் போன பிறகு நட்டநடுக் கடலில் மூழ்கியிருப்பது போல் தோன்றியபோது சீதையின் கண் முன்னால் ஊர்மிளா நிழலாடினாள்.

வாழ்க்கையில் பிரிவும், அபவாதங்களும்தானா கிடைத்தன என்று கேள்வி கேட்டுக்கொண்டு திக்கற்று தவிக்கும்போது சீதைக்கு ஊர்மிளாவின் வார்த்தைகள் நினைவுக்கு வந்தன.

ஊர்மிளாவிடம் சொல்லிக் கொள்ளாமல் இலக்குமணன் ராமனுடன் ஆரண்ய வாசத்திற்குச் சென்றான்.

தன்னிடம் சொல்லாமல் ராமன் தன்னை கானகத்தில் விட்டுவிட்டு வரச் சொல்லி இலக்குமணனை ஆணையிட்டான்.

ஊர்மிளா சத்தியாகிரகமோ, தவமோ ஏதோ ஒன்று செய்து தன்னைத் தான் காப்பாற்றிக் கொண்டாள்.

“அதிகாரத்தை எடுத்துக் கொள். அதிகாரத்தைத் துறந்துவிடு. அப்போது நீ உனக்குச் சொந்தமாவாய். உனக்கு நீ எஞ்சியிருப்பாய். நமக்கு நாம் எஞ்சியிருப்பது முக்கியம்.” எத்தனையோ முறை, எத்தனையோ விதமாக ஊர்மிளா இதே வார்த்தைகளை திரும்பத் திரும்பச் சொன்னாள். அவை ஊர்மிளாவிடம் தனக்கு இருந்த கவலையைக் குறைத்தன. அவ்வளவுதான்.

இப்பொழுது தான் சத்தியாகிரகம் தொடங்க வேண்டுமா? கோபம் குறைவது எப்போது? சத்தியத்தை உணருவது எப்போது? எப்படி?

ராமனிடம் தனக்கு எல்லை இல்லாத அன்பு... காதல் அந்த ராமனிடமிருந்து விமுக்தி எப்படிக் கிடைக்கும்?

எப்படிப்பட்ட பரீட்சை இது? அக்னிப்பரீட்சை இதற்கு முன்னால் எந்த மூலை? தனக்குப் போரில் புரியும் வித்தைகள் எல்லாமே தெரியும். ஒருநாளும் யார்மீதும் போர் தொடுத்ததில்லை. இப்பொழுது தன்னுடன் தானே போர் புரிய வேண்டும்.

போர் தொடங்கி விட்டது. எத்தனை வருடங்கள் நீடிக்குமோ?

******

“அம்மா! ராமச்சந்திரன் அஸ்வமேத யாகம் செய்யப் போகிறான். அழைப்பிதழை அனுப்பியுள்ளான். நான் போய் வருகிறேன்” என்று சொன்னார் வால்மீகி மகரிஷி.

மகரிஷி சற்று நேரம் சீதையின் பதிலுக்காகக் காத்திருந்துவிட்டு கடைசியில் கிளம்பிப்போனது சீதைக்குத் தெரியாது. அவள் எதையும் கவனிக்கும் நிலையில் இல்லை.

அஸ்வமேத யாகம் ராமன் எப்படிச் செய்வான்? தான் பக்கத்தில் இல்லாமல் எப்படி சாத்தியம்?

தன்னுடைய இடத்தில் யார் அமர்ந்து கொள்வார்கள்?

சீதையின் மனதில் ஜுவாலை எழும்பியது.

“யார் உட்கார்ந்தால் என்ன? உனக்கு என்ன சம்பந்தம்?”

சீதையின் மனதைப் படித்துவிட்டவள் போல் கேட்டுக்கொண்டே முறுவலுடன் வந்தாள் ஊர்மிளா.

"ஊர்மிளா! நீ இங்கே?" சீதையின் வியப்பிற்கு எல்லையில்லை.

'நானாகத்தான் வந்தேன். நீ இங்கே இருப்பதாக இலக்குமணன் சொன்னார். அஸ்வமேத யாகத்தைப் பற்றிய செய்தி உன் வரையிலும் எட்டும் என்று தெரியும். உன் மனதில் அது எப்படிப்பட்ட பூகம்பத்தை விளைவிக்கும் என்பதைக்கூட ஊகித்து விட்டேன். அந்த நேரத்தில் நீ நீயாக எஞ்சியிருக்கச் செய்யவேண்டும் என்று வந்தேன்."

சீதை ஊர்மிளாவை அணைத்துக் கொண்டு அருகில் உட்கார வைத்துக் கொண்டாள். வெகு நேரம் நிசப்தம். அந்த மௌனத்திலேயே பல வார்த்தைகள் பரிமாறிக் கொண்ட பிறகு ..

"யாகத்தை ஸ்ரீராமச்சந்திரனே செய்கிறாரா?" கேட்டாள் சீதை.

"பின்னே வேறு யார் செய்வார்கள்? சக்ரவர்த்திகள் தானே செய்யவேண்டும்?"

"நான் இல்லாமல் எப்படி?"

"அந்தக் கேள்வி உனக்கு ஏன் வர வேண்டும்? வந்தால் ராமனுக்குத்தான் வரவேண்டும். யாகத்தை செய்து வைப்பவர்களுக்கு வரவேண்டும். தேவையற்ற கேள்விகளுடன் அமைதியை இழப்பது விவேகமற்ற செயல் இல்லையா?" சீதையை விட மூத்தவள் போல் மொழிந்தாள் ஊர்மிளா.

"உனக்குத் தெரியும். சொல் ஊர்மிளா. ராமன் பக்கத்தில் அமரப் போவது யார்?"

"நான் உனக்கு பதிலை சொல்லி உன் அக்னியைத் தற்காலிகமாகக் குளிரவைப்பதற்காகவோ, மேலும் தூண்டி விடுவதற்காகவோ வரவில்லை. .அனாவசியமான கேள்விகளுடன் உன்னை நீ துன்புறுத்திக் கொள்ளாதே என்று சொல்லத்தான் வந்தேன்."

"ஆனால் என்னால் இதை விழுங்கிக் கொள்ள முடியவில்லை."

"விழுங்காதே. அது உன் மனதில் நுழையவே வேண்டாம். நீ ராமனிடமிருந்து விமுக்தி ஆக வேண்டும்."

"ஊர்மிளா..'' சீதை விசும்பி விசும்பி அழுதாள். "எத்தனை பரீட்சைகள் ஊர்மிளா."

"ஒவ்வொரு பரீட்சையும் உன்னை ராமனிடமிருந்து விமுக்தி செய்வதற்காகத்தான். நீயே உனக்கு மிஞ்சியிருப்பதற்காகத் தான். யுத்தம் செய். தவம் செய். ஊடுருவிப் பார். நீ என்ற யதார்த்தம் புலப்படும் வரையில் பார்த்துக் கொண்டே இரு."

"மிகவும் கஷ்டமாக இருக்கிறதும்மா." சீதையின் குரல்வளையத்திலிருந்து வார்த்தைகள் மிகப் பிரயாசையுடன் வெளிவந்தன.

"மிகவும் நிம்மதியாகக்கூட இருக்கும் அக்கா. முயற்சி செய்து பார். இனி நான் கிளம்புகிறேன்." ஊர்மிளா எழுந்து கொண்டாள்.

"இப்போதேவா? என் குழந்தைகளைப் பற்றிக் கேட்க மாட்டாயா? அவர்களைப் பார்க்க வேண்டாமா?"

"அவர்கள் என்னிடம் வந்தால், என்னைப் பார்க்க வேண்டும் என்று வந்தால் கட்டாயம் பார்க்கிறேன்."

ஊர்மிளா எவ்வளவு திடீரென்று வந்தாளோ அதைப்போலவே திடீரென்று போய்விட்டாள். சீதை மனதில் இருக்கும் ஜுவாலை மட்டும் அவ்வளவு சீக்கிரமாக அணையவில்லை.

எங்கெங்கோ மறுமூலையில் மறைந்திருக்கும் நெருப்புத் துண்டுகள், எந்த நாளிலிருந்தோ நீர் பூத்திருந்த நெருப்பு கண கணவென்று கொழுந்துவிட்டு எரியத் தொடங்கியது. அந்த நெருப்பில் சுகத்தை அனுபவிப்பதற்கு பழகிக் கொண்டிருந்த நேரத்தில் சீதைக்கு அவற்றை அணைக்க வேண்டுமென்றும் தெரிந்தது.

ராமனைக் காதலிப்பது சுகமா, ராமனிடம் கோபம் கொள்வது சுகமா என்ற இருவேறுபட்ட கருத்துகளுடன் மனம் தத்தளித்துக் கொண்டிருப்பது சீதை அறியாத நிலையில் நடந்தது.

கோபத்தை உண்டு பண்ணுவதில், ஜுவாலையைப் பெரிதாக்குவதில் வேதனையாகத் தோன்றும் சுகத்தை உணருவது அவ்வளவு எளிது இல்லை.

ராமன் மீது காதல் தரும் சுகத்தின் வேதனையைத் தாங்கிக் கொள்வது அவ்வளவு சுலபம் இல்லை. இந்த இரண்டையும் தாண்டி ராமனிடமிருந்து விமுக்தையாகும் முயற்சி சீதைக்கு வேதனை நிரம்பியதாக இருந்தது.

இருந்தாலும் சீதை தவம் செய்தாள்.

கொந்தளிக்கும் கடல் அமைதி சாகரமாக மாறும் வரையில் கடைந்து கொண்டே இருந்தாள்.

மெல்ல மெல்ல அந்த அமைதி சீதையை முழுவதுமாகத் தழுவியது. வால்மீகி மகரிஷி அஸ்வமேத யாகத்தில் பங்கெடுத்துக் கொண்டு திரும்பிவரும் நாளுக்குள் சீதையின் மனம் முழுவதுமாக தெளிந்து விட்டிருந்தது.

ராமன் பக்கத்தில் யாகத்திற்காக உடகார்ந்தது யார் என்று வால்மீகியிடம் கேட்டுத் தெரிந்துக் கொள்ள முடியும் என்று அவரைப் பார்த்த பிறகும் சீதைக்குத் தோன்றவில்லை.

வால்மீகி மகரிஷி சில நாட்களுக்குப் பிறகு சீதையிடம் ஒரு விஷயம் சொல்வதற்காக வந்தார்.

"ராமன் லவ குசர்களை சுவீகரித்து விட்டான். சீதையையும் ஏற்றுக்கொள்ளத் தயாராக உள்ளான். ஆனால் சீதை நேரில் வந்து நிறைந்த சபையில் குற்றமற்றவள் என்று அறிவிக்க வேண்டும்."

இந்த வார்த்தைகளை சீதை அமைதியுடன் கேட்டுக் கொண்டாள். முறுவல் மாறாமல் கேட்டுக் கொண்டாள்.

"அவ்வளவு தேவை எனக்கு இருக்கிறது என்று நினைக்கிறீர்களா?" என்று மட்டும் சொன்னாள்.

அமைதி ததும்பும் வதனத்துடன் குழந்தைகளிடமிருந்தும் விமுக்தையாகி, தான் எங்கிருந்து வந்தாளோ அந்த இடத்திற்குப் பயணமானாள் சீதை.

சிறைப்பட்டவன்

ஸ்ரீராமனின் மாளிகை இருட்டில் மூழ்கியிருந்தது. விளக்கை ஏற்றும் துணிச்சல்கூட யாருக்கும் இருக்கவில்லை.

அன்று இரவு ராமனின் தனிமைக்கு ஊறு விளைவிக்கும் தைரியம் யாருக்குமே இல்லை. இரவு கழிந்து கொண்டிருந்தது.

ராமனின் பக்கத்தில் சீதை இல்லையென்றும், இனி வரப்போவதில்லை என்றும் தெரிந்தாலும் பறவைகள் பாடும். மலர்கள் மலரும். அது இயற்கையின் தர்மம்.

இயற்கையின் தர்மங்கள் மாறாது. மாறினால் அது உலகத்திற்கு பிரளயம்தான்.

மனிதனின் தர்மங்கள் மாறும். மனிதர்களே அவற்றை மாற்றுவார்கள். அந்த மாற்றங்களைத் தாங்கிக் கொள்ள முடியாமல் நிலைகுலைந்து போவார்கள். மெல்லமெல்லப் பழக்கப்பட்டு விடுவார்கள். பழக்கங்கள் நிரந்தரமாகி விட்ட பிறகு மறுபடியும் மாற்றத்தை விரும்புவார்கள். மனித தர்மம் காலதர்மம் ஆகிவிடும் காலதர்மம் மனித தர்மம் ஆகிவிடும். இந்த இரண்டு மாற்றங்கள் இணையும் சமயத்தில், அந்த மாற்றங்களுக்கு மூலமாக இருக்கும் நபர்களின் வாழ்க்கை நிலை குலையும்.

ராமன் தற்போது அந்த நிலையில்தான் இருக்கிறான்.

ஆரிய தர்மத்தைப் பாதுகாப்பது, அதைப் பரப்புவது போன்ற கடமைகளை குருமார்கள் சிறுவயது முதல் ராமனின் கையில் ஒப்படைத்தார்கள்.

ராஜ்ஜியத்தைப் பற்றி, ராஜ தர்மத்தைப் பற்றி, அரசாளுவதைப் பற்றி, மக்களைப் பற்றி, க்ஷத்திரிய தர்மங்களைப் பற்றி ராமனுக்கு கரைத்துப் புகட்டினார்கள்.

அந்த தர்மம்தான் இப்போது ராமனின் குரல் வளையத்திலிருந்து இதயத்திற்கு நழுவியது. அது விஷமாக இருக்கிறது.

பரமசிவன் விஷத்தை குரல் வளையத்தில் நிறுத்தி வைத்தால் உலகத்திற்கு நன்மை என்றார்கள்.

ஸ்ரீராமன் விஷத்தை விழுங்கினால் தவிர உலகத்திற்கு நன்மை நடக்காது என்றார்கள்.

ராமன் விழுங்கினான்.

தாங்க முடியாத வேதனை. இம்சை.

தனிமை. பயங்கரமான தனிமை.

சிறுபிராயத்தில் குறும்பு சேட்டைகள் என்ன செய்தானோ, தம்பிகளுடன் சேர்ந்து என்ன விளையாட்டுகள் விளையாடினானோ. பால்யம் தன்னிடமிருந்து விலக விலகத் தன்னைச் சுற்றிலும் யாரும் துளைக்க முடியாத ஒரு அதிகார வளையம் உருவாகி வந்தது.

இளவரசனாகவும், வருங்கால மகாராஜாவாகவும் தவிர, பந்தங்களும் நெருக்கமும் கொண்ட மனிதன் என்கிற அடையாளம் குறைந்துவிட்டது.

குருமார்களின் பிடி தன்மீது இறுக இறுக மற்றவர்களிடமிருந்து தனக்கு தூரம் அதிகரித்தது. தான் எப்படிச் சிரிக்க வேண்டும், எப்படி நடக்க வேண்டும், யாருடன் எவ்வளவு நேரம் பேச வேண்டும், எந்த பூஜைகள், எந்த ஹோமங்கள், எப்படிச் செய்ய வேண்டும்? ராஜ தர்மங்கள் எவை, புத்திர தர்மங்கள் எவை, க்ஷத்திரிய தர்மங்கள் எவை, தம்முடைய வம்ச வரலாறு என்ன, எப்படிப்பட்ட மகானுபாவர்கள் தம் ரகு வம்சத்தில் பிறந்திருக்கிறார்கள்? அவர்களுடைய வாரிசாக தான் என்ன செய்ய வேண்டும்?

இந்த எண்ண ஓட்டம் நாளடைவில் தனிமனித அடையாளத்திலிருந்து தள்ளிக்கொண்டு போகத் தொடங்கியது.

இலக்குமணன்கூட தோள்மீது கையைப் போடுவதை நிறுத்திவிட்டு வணங்குவதற்கு தொடங்கி விட்டான்.

அருகில் நடந்து கொண்டிருந்தவன் தனக்குப் பின்னால் நடக்கத் தொடங்கினான். அந்த சமயத்தில் விஸ்வாமித்ர மகரிஷி கேட்காமலேயே வரம் கொடுத்ததுபோல் வந்து சில நாட்கள் கானகப் பிரதேசத்திற்கு தம்மை அழைத்துச் சென்றார்.

கானகத்தில் திரும்பவும் தானும் இலக்குமணனும் கைகளைக் கோர்த்துக்கொண்டு உலாவினார்கள். சேர்ந்து சிரித்தார்கள். வியப்படைந்தார்கள்.

அதற்கு பிறகு ... பிறகு

அதற்குப் பிறகு இந்த முழு சிருஷ்டியும் தனக்காக அனுப்பி வைத்த பரிசுபோல் பூமியின் புத்ரி சீதையுடன் பாணிக்கிரகணம்.

அபூர்வமான சினேகிதி. தன் தனிமையைப் போக்கிய சகி.

தனிமை மாளிகையில் யாருடைய ஆணைகளுக்கும் உட்படாமல் நட்பு கொள்ளக் கூடிய சீதை. தனக்காக வந்த தேவதை.

ஆனால் சீக்கிரத்திலேயே மனைவிக்கும் சொல்லக்கூடாத விஷயங்கள் இருக்கும் என்ற போதனைகள் தொடங்கின.

சீதைக்கும் சில எல்லைகள் உருவாயின.

எத்தனையோ தாக்குதல்கள்... சோதனைகள்...

எல்லாம் சரியாகி நிலைமை சீரடைந்து விட்டதென்று நினைக்கும்போது......

தந்தை ஆகப் போகிறோம் என்று பெருமையுடன் பூரித்துக் கொண்டிருக்கும் போது ...

சாசுவதமாக சீதையின் பிரிவு.

ராமனின் கண்கள் செந்தாமரை இதழ்களைப்போல் இருந்தன.

அந்தக் கண்களுக்கு முன்னால் இலக்குமணன் வந்து நின்றான்.

இருவருக்கும் தெரியும்.

இலக்குமணன் ராமன் ஒப்படைத்திருந்த காரியச் சுமையை இறக்கிவிட்டு வந்துள்ளான். ஆனால் மனம் இரும்பு குண்டு போல் கனத்து விட்டிருந்தது.

இருவரும் மௌனமாக கண்ணீர் வடித்துக் கொண்டிருந்தார்கள்.

"அண்ணா! நீ சக்ரவர்த்தி. கண்ணீர் விடக் கூடாது." இலக்குமணன் குரலை செருமிக் கொண்டு சொன்னான்.

"துக்கப்படும் சுதந்திரம் கூட இல்லையா இலக்குமணா? நான் முழுவதுமாக விலங்கிடப்பட்டவன். ஆனால் கண்ணீர் விலங்குகளுக்கு அடிபணியாது. உலோகம் போன்ற இதயத்தைத் துளைத்துக் கொண்டு வெளி வருகின்றன."

இனியும் தாங்க முடியாமல் இலக்குமணன் அண்ணனின் தோள் மீது கையை வைத்து மற்றொரு கையால் கண்ணீரைத் துடைத்தான்.

"ஏன் இப்படி எல்லாம் நடக்கிறது ராமா?" இலக்குமணன் குரல் முழுவதும் துக்கம்.

"இதுபோலன்றி வேறு விதமாக நடப்பதற்கு வழியில்லை. அதிகாரத்தின் கீழ் என் வாழ்க்கை நலிந்து போக வேண்டியதுதான். நம் தாய் கைகேயினால் பதிமூன்று வருடங்கள் காட்டில் சீதையுடன் சுதந்திரமாக வாழ்ந்தேன். அவ்வளவுதான்.

"என் வாழ்க்கையில் சீதையுடன் நிம்மதியாகக் கழித்த காலம் கைகேயினால் அளிக்கப்பட்ட வரப் பிரசாதம். அவளுக்கு நான் எவ்வளவு நன்றிக் கடன்பட்டிருக்கிறேன் என்று உங்கள் யாருக்கும் தெரியாது. இந்த அதிகாரத்திலிருந்து, சிம்மாசனத்திலிருந்து என்னை விடுவித்து அனுப்பி வைத்தாள். அன்று கூட நான் சந்தோஷமாகவே சென்றேன். நினைவு இருக்கிறதா இலக்குமணா?"

இலக்குமணன் வியப்படைந்து விட்டான் அத்தனை, துக்கத்திலும்.

"அண்ணா! நீங்களே உங்களுக்காக துக்கப்படுகிறீர்களா? அண்ணியை இப்பொழுதுதான் காட்டில் விட்டுவிட்டு வந்தேன். அவள் கதி என்னவாகப் போகிறதோ?"

"நான் வேறு சீதை வேறு இல்லை இலக்குமணா! அது உங்கள் யாருக்கும் தெரியாது. எங்கள் இருவருக்காகவும் துக்கப்படுகிறேன். சீதைக்கு எந்த ஆபத்தும் நேராது. அவள் பூமியின் புத்ரி. திறமைசாலி. சுபுத்திரனைப் பெற்று அந்தக் குழந்தையை வளர்ப்பதில் மாதுரியத்தை முழுவதுமாக அனுபவிப்பாள். நான் சாமர்த்தியம் இல்லாதவன். என் புருஷோத்தம குணம்தான் என் சாமர்த்தியக் குறைவு. இந்த ராஜ்ஜிய அதிகாரத்தினால் என் மீது எனக்கு இருக்கும் அதிகாரத்தை இழந்து விட்டேன். என் சீதையை இழந்து விட்டேன். என் மகனைத் தொலைவாக தள்ளி வைத்து விட்டேன்."

ராமனின் துக்கத்தைத் தாங்கும் சக்தி இலக்குமணனுக்கு இல்லாமல் போய்விட்டது.

அதிகாரத்தைத் துறப்பது ராமனின் கையில் இல்லை.

ராஜ்ஜியத்தைக் கைவிடுவது ராமன் ஒருவனின் கையில் இல்லை.

ராமன் எந்தவிதமான தயக்கமும் இல்லாமல் பாட்டாபிஷேகம் செய்து கொள்வதற்கு சந்தோஷமாகத் தயாரானபோது அது அவனுக்குக் கிடைக்கவில்லை.

கிடைக்காமல் சதிசெய்த சக்திகள் என்னவென்று தெரிந்து கொள்ளும் சாவகாசமும் இருக்கவில்லை. ஆரிய தர்மத்தில் தந்தை சொல்லை கடைப்பிடிக்கும் மிக உயர்ந்த கடமையை நிறைவேற்றுவதற்கு வாய்ப்புக் கிடைத்தது என்று பூரித்துப் போயிருந்தான்.

கானகத்திற்குப் புறப்படும் முன் வசிஷ்டர் ஆதரவுடன் சொன்னார். "ராமா! நீ ரகுவம்சத்தின் வாரிசு. பதினான்கு வருடங்கள் ராஜ்ஜியத்தைத் துறப்பது என்றால் ராஜ்ஜிய தர்மத்தை, க்ஷத்திரிய தர்மத்தை விட்டுவிட்டதாகப் பொருள் இல்லை. சீதையைத் திருமணம் செய்தபோது பரசுராமனுக்குக் கொடுத்த வாக்கை நினைவில் வைத்துக்கொள். தென்திசை முழுவதும் ஆரிய தர்மம் பரவச் செய்யவேண்டும். பூமண்டலம் முழுவதும் ஆர்ய சாம்ராஜ்ஜியமாக மாறவேண்டும்."

ராமனுக்கு எல்லாம் நினைவிற்கு வந்தது.

சீதையுடன் திருமணம் நடைபெறுவதற்கு க்ஷத்திரிய சம்ஹாரகன் ஆன பரசுராமனுடன் நடந்த ஒப்பந்தம் நினைவிற்கு வந்தது

அன்று பரசுராமன் பிரளயகால அக்கினி ஜுவாலையைப் போல் வந்தான். ராமன் அப்போது சீதையின் நாம ஸ்மரணை தவிர வேறு நினைப்பு இல்லாதவனாய் இருந்தான். சீதை, ஜானகி, வைதேகி,

மைதிலி... ஒவ்வொரு பெயரும் மனதில் அமிர்தத்தைப் பொழிந்தது. மெல்லிய முக்காட்டிற்குப் பின்னால் அவள் காட்சி தந்த தரிசனத்தில் ராமனின் மேனி தென்றல் காற்று போல் இலேசாகி விட்டிருந்தது. சுகம் நிறைந்த எடையில்லாத தன்மையை முதல் முறையாக உணர்ந்தான்.

சிவனின் வில்லை முறித்தது, சீதை தன் கழுத்தில் மலர்மாலை சூட்டியது எல்லாம் ஒருவிதமான தன்மயக்க நிலையில் நடந்து முடிந்து விட்டன.

அப்போது பரசுராமனிடம் பேசும் நிலையில் இல்லை. பெரியவர்கள் எல்லோரும் குறுக்கே நின்றார்கள்.

க்ஷத்திரியர்களை பூமியில் வாழ விடமாட்டேன் என்ற அந்த முனிவரின் பிரதாபமும், பழிவாங்கும் குணமும் அறியாதவர்கள் யார்?

பிரம்மரிஷிகளும், ராஜரிஷிகளும் பேச்சு வார்த்தை நடத்தினார்கள். ராமனுக்கு செய்தி அனுப்பினார்கள்.

"ஆரிய தர்மங்களை வடக்கு தெற்கு பகுதிகளில் நிரந்தரமாக நிலைநாட்டுவதாக வாக்கு கொடுத்தால்தான் சீதை ராமனின் கல்யாணம் நடக்கும்." பரசுராமனின் குரல் கடினமாக ஒலித்தது.

"ஆரிய தர்மங்கள் எனக்குத் தெரியாதவை அல்ல. வசிஷ்டர் முதலிய முனிவர்கள் அளித்த பயிற்சியில் நான் அவற்றை கற்றுக்கொண்டேன். எங்கள் ராஜ்ஜியத்தில் அவை அமல் செய்யப்படுகின்றன." ராமன் சிறிது ஆச்சரியமடைந்தாலும் பணிவுடனே சொன்னான்.

"மேலும் கடினமாக, தீட்சையுடன், விரிவாக அமலாக்கப்பட வேண்டும்."

ராமன் ஏதாவது சொல்லி பரசுராமனுக்கு மேலும் கோபத்தை வரவழைக்கக்கூடும் என்று தசரதர் ராமன் சார்பில் வாக்குக் கொடுத்தார்.

ராமன் பேச முயன்றபோது ...

"பித்ருவாக்ய பரிபாலனம் ஆரிய தர்மங்களில் உத்தமமானது. முதலில் அதை செயல்படுத்திக் காட்டு" என்றான் பரசுராமன்.

எல்லோரும் மௌனமாக இருந்து விட்டார்கள்.

சீதை ராமனின் திருமணம் நடந்தேறியது.

வசிஷ்டர் அதையெல்லாம் ராமன் காட்டுக்குப் புறப்படும்முன் நினைவுபடுத்தி எச்சரித்து வழியனுப்பி வைத்தார்.

**** ***** ****

ராமனின் எண்ணங்களில் வனவாசத்து நாட்கள் தோகை விரித்த மயிலைப்போல் புகுந்தன. பதிமூன்று வருட வனவாசம்தான் தன் வாழ்க்கையில் மறக்க முடியாத மதுரமான அனுபவங்கள் நிகழ்ந்த

காலம். முக்கியமாக சீதையுடன் கழித்த அன்பு நிறைந்த வருடங்கள். நதிகள்மீது வீசும் குளிர்ந்த காற்று, மயக்கத்தை ஏற்படுத்தும் காட்டுப் பூக்களின் நறுமணம், விதவிதமான பறவைகளின் கலகல ஓசைக்கு இடையில் கொஞ்சலும் மிஞ்சலுமாக கழிந்த சிருங்காரம். சீதையைக் கண்ணுக்குள் பொத்திவைத்துக்கொண்ட நாட்கள். சீதையின் மடியில் சயனித்தபடி பரவசமடைந்த நாட்கள். ஆரியர்கள் அல்லாத ஓரிருவரை சம்ஹரிப்பதும், அங்கே இருந்த முனிவர்கள் மூலமாக ஆர்ய தர்மங்களைப் பிரச்சாரம் செய்வதையும் தவிர வேறு வேலை எதுவும் இல்லாத காலமது. அந்தப்புரத்தில், ராஜ்ஜிய சபையில் நித்தியமும் ஒலிக்கும் எச்சரிக்கைகள் இல்லாத காலம். மூக்குடன் மூக்கை இணைக்கும் பறவைகளைப்போல் செய்திகளைப் பரிமாறிக் கொண்ட காலம். ஒருவரின் பின்னால் ஒருவர் மான்களைப்போல் ஓட்டமெடுத்த காலம். சந்திரன் உதிப்பது, நட்சத்திரங்கள் ஜொலிப்பது, பூக்கள் மலர்வது, காற்று வீசுவது எல்லாமே சீதை ராமனுக்காக மட்டும்தான். ஏரிகள் அவர்களின் ஜலக்ரீடைகளில் துள்ளிக் கொண்டிருந்தன. கானகம் அவர்களை அன்புடன் மடியில் எடுத்துக்கொண்டு விளையாடச் சொன்ன தருணமது.

அப்படிப்பட்ட வருடங்களில்கூட அவ்வப்பொழுது ஆரிய சாம்ராஜ்ஜிய விஸ்தரிப்பு பற்றி அயோத்தியிலிருந்து ஆணைகள். சுக்ரீவனுடன் நட்பும் ராவணனுடன் பகையும் தவிர்க்க முடியாதது என்ற ஆணை. சந்தர்ப்பம் அமைய வேண்டும் அல்லவா என்று நினைப்பான் ராமன். சூர்ப்பனகை வந்த அன்று அந்த சந்தர்ப்பம் வந்தது. அன்று அவன் ராஜ தர்மத்தை நிறைவேற்றினான். எதிரியை, வெற்றிகொள்ளவேண்டிய எதிரியை யுத்தத்திற்குத் தூண்டுவது ஆரிய ராஜதர்மம். வாய்ப்பு சூர்ப்பனகையின் உருவத்தில் வந்தது. தன் சகோதரியை அவமானம் செய்தால், ராவணன் யுத்தத்திற்கு புறப்பட்டு வருவான் என்று ராஜ்ஜியத்தை ஆளும் அனுபவம் இல்லாத ராமன் நினைத்துவிட்டான்.

ராவணன் ராஜநீதியில், யுத்த தந்திரத்தில் மிகவும் அனுபவசாலி,. கடலைத் தாண்டி படையுடன் வந்து தனதல்லாத இடத்தில் போர் தொடுக்கும் அப்பாவி அல்ல. சீதையை, கண்ணின் மணியை அபகரித்துக்கொண்டு போய்விட்டான். சாகரத்தைத் தாண்டி இட வலிமை இல்லாத இடத்தில் ராமனால் ஜெயிக்க முடியாது என்பது ராவணனின் எண்ணம். ஆனால் சீதைக்காக ஒரு கடல் என்ன எழு கடல்களைத் தாண்டும் சக்தி தனக்கு இருக்கிறது. அந்த விஷயம் ராவணனுக்குத் தெரியுமோ தெரியாதோ.

தெரிந்தாலும் தெரியாவிட்டாலும் ராவண சம்ஹாரம் நடந்தது. அதற்கு முன்பே காற்றில் வந்து மோதிய பேச்சுகள், சீதையை அயோத்திக்கு அழைத்து வருவது ஆரிய தர்மம்தானா என்று.

சீதை இல்லாமல் அயோத்திக்கா? தான் இப்பெரிய யுத்தம் செய்தது, ஆரிய சாம்ராஜ்ஜியத்தை தலையில் வைத்துக்கொண்டு ஊர்வலம் போவதற்காக அல்ல. இதை யார் நம்பாவிட்டாலும் சீதை நம்புவாள் என்று நினைத்திருந்தான்.

ஆனால் சீதையை அயோத்திக்கு அழைத்துச் சென்று அங்கே அவளை எல்லோருக்கும் முன்னால் அவமானப்படுத்துவதா?

அந்தப் பேச்சுகளை சீதை கேட்கவேண்டுமா?

சீதையின் புனிதத்தை அயோத்தி நகரப் பிரமுகர்கள் முன்னிலையில் நிரூபிக்க வேண்டும் என்றால் சீதையால் தாங்கிக்கொள்ள முடியுமா?

ஆனால் சீதை சோதனைக்கு உட்படுத்தப்படாமல் அயோத்தியின் அந்தப்புரம் அவளை மதிப்புடன், கௌரவத்துடன் வரவேற்காது.

அந்த விஷயம் தனக்கு நன்றாகவே தெரியும்.

எல்லாம் இலங்கையிலேயே முடிந்துவிட வேண்டும் என்று நினைத்தான்.

அக்கினிப் பரீட்சை.. தன் சீதைக்கு.

தனக்காக. தனக்காக மட்டுமே சம்மதித்தாள் அந்த அபிமானவதி.

சீதை தன்னைப் புரிந்துகொண்டாள். இவ்வுலக தர்மத்திலிருந்து, ராஜ தர்மத்திலிருந்து தன்னைக் காப்பற்ற முடிவு செய்தாள். "நான் இருக்கிறேன் ராமா உனக்கு" என்று சொல்ல நினைத்தாள்.

அவமானம் துக்கம் என்ற கடல்களை இரு விழிகளிலும் மறைத்துக் கொண்டு தளும்பாத நிறைகுடமாக வந்து அக்கினியைக் குளிர வைத்தாள்.

'என்னை மன்னித்து விடாதே சீதை' என்ற வார்த்தைகளை இதழ்களுக்குள் மறைத்துக் கொண்டான். சீதையின் இதழ்கள் மென்மையாக அந்த வார்த்தைகளை அழித்து விட்டன.

எல்லாம் நன்றாக முடிந்துவிட்டது என்று நினைத்து விட்டான் அப்பாவியாய்.

சீதையின் கண்களில் அப்போதே ஒரு வேதனைத் திரை நிழலாக உருவாகியிருந்தது. தனக்குத் தெரியும். 'எனக்காக, என்னைக் காப்பாற்ற சீதை காயமடைந்தாள்.' அந்தக் காயத்தை தன் அன்பினால், கால மகிமையினால் ஆற்றிவிட முடியும் என்று நினைத்துவிட்டான். இப்போது இன்று அந்த ரணத்தை மறுபடியும் கிளறிவிட்டு இனி ஆறுவதற்கு வாய்ப்பே இல்லாமல் போகச்செய்து அனுப்பி விட்டான்.

இதயத்திலிருந்து என்றென்றும் அவமான உதிரம் வெளியேறும்படி செய்துவிட்டான்.

ஆறாத ரணம்.

என்றென்றும் துன்பத்தைத் தரும் ரணம்.

இருவரின் அன்புக்கு சிம்மாசனம் ஏற்படுத்திய ரணம்.

சீதையைத் துறக்க முடியும். சீதை தன்னுடையவள்.

ராஜ்ஜியத்தைத் துறக்கமுடியாது. அது ரகு வம்சத்திற்குச் சொந்தமானது.

வம்சம் .. வம்சப்பரம்பரையாக மூத்த மகனுக்குக் கிடைக்கும் ராஜ்ஜியாதிகார சம்பிரதாயம். அதை நிலைநாட்டும் ஆரியதர்மம் தன் தலைமீது. இந்த தர்மரக்ஷண பாரம் தன் வாழ்க்கையின் சந்தோஷத்தை முழுவதுமாக பறித்துக் கொண்டுவிட்டது.

விமுக்தி இல்லை தனக்கு.

ராமன் உள்ளுக்குள் அழுது கொண்டே இருந்தான்.

**** **** ****

காட்டிலிருந்து வந்த இரண்டு ஆசிரமச் சிறுவர்கள் ராமாயணத்தைப் பாடுகிறார்கள் என்று கேள்விப்பட்டு அவர்களை அண்ணனிடம் காட்ட வேண்டும் என்று நினைத்தான் இலக்குமணன்.

ராமனின் தரிசனம் இப்போது இலக்குமணனுக்கும் மிக துர்லபம்.

அவன் சக்ரவர்த்தி. சிம்மாசனத்தில் அமர்ந்திருப்பவன். மகுடதாரி.

அவை தவிர அவனுக்கு வேறு நினைவு இருக்கவில்லை. வேறு உலகம் இல்லை.

தாய்மார்கள், தம்பிகள், உறவினர்கள், சுற்றத்தார் எல்லோருக்கும் அவன் ராமச்சந்திர மகாராஜா.

சீதையின் பிரிவை மறப்பதற்கு ராமன் இதுபோல் இயந்திர மனிதனாக மாறினானா? அல்லது இயந்திர மனிதனாக மாறுவது தவிர்க்க முடியாமல், அதை சீதையால் தாங்கிக்கொள்ள முடியாது என்று தெரிந்து சீதையை காட்டுக்கு அனுப்பிவிட்டானா என்ற சந்தேகம் வந்தது இலக்குமணனுக்கும், அனுமனுக்கும்.

என்றாவது ராமனின் முகத்தில் முறுவலைப் பார்க்க வேண்டும் என்று இருவரும் முயற்சி செய்து வந்தார்கள். ஆனால் அதிகாரத்திற்கும் அன்பு நிறைந்த முறுவலுக்கும் ஜென்மப்பகை என்று அவர்களுக்குத் தெரியாது.

ராஜ்ஜியபாலனம் நடை பெற்றுக் கொண்டிருந்தது. ராஜ்ஜியத்தை ஆளுவதற்கு கூர்மையான கத்திகள் வேண்டும். அவற்றுக்குத்தான் மதிப்பு இப்போது.

இந்த சிறுவர்களைப் பார்த்தால் ராமனின் இதயம் இளகக்கூடும் என்று தோன்றியது இலக்குமணனுக்கு.

அவர்களின் இசை மதுரம். வதனாரவிந்தம் மதுரம். வாக்கு மதுரம். சிலையாய் மாறிவிட்ட ராமனை இளகவைப்பதற்கு இவர்களின் கானாம்ருதம் சரியான ஔடதமாக இருக்கும் என்று நினைத்தான் இலக்குமணன். ராமன் பற்று இல்லாமல் இலக்குமணனின் வார்த்தைகளைக் கேட்டுக்கொண்டான்.

ராமனின் கதையை கானம் செய்வார்கள். அதிகார விலங்கில் கட்டுப்பட்ட ராமனின் கதை அவர்களுக்கு என்ன தெரியும் என்று பாடுவார்கள்?

அம்புலிமாமா வேண்டுமென்று அடம்பிடித்தபோது கண்ணாடியில் அம்புலியைக் காட்டி மாயை செய்தார்கள். அதைப் பாடுவார்களாய் இருக்கும்.

சீதை வேண்டுமென்று அடம்பிடிப்பதற்கு வாய்ப்பு இல்லாமல் சிம்மாசனத்திற்கு கட்டுப்பட்ட ராமனின் கதையைப் பாடுவார்களா?

சீதை ராமனின் திருமணத்தை காதுகளுக்கு இனிமையாகப் பாடுவார்கள்.

சாசுவதமாக சீதையைப் பிரிந்த துக்கத்தில் மூழ்கியிருக்கும் ராமனின் கதையை கானம் செய்வார்களா?

ராவணனை சம்ஹரித்த ராமனைப்பற்றிப் பாடுவார்கள். தன்னுள் காதலைத் தானே கொன்றுவிட்ட ராமனின் கதையை அந்த சிறுவர்கள் பாடுவார்களா?

ராமனின் முகம் நிறம் மாறியதைக்கண்டு இலக்குமணனின் எதிர்பார்ப்புகள் பொய்த்து விட்டன.

"அண்ணா! இந்த ஒருமுறை என் பேச்சைக் கேளுங்கள். தகித்துக் கொண்டிருக்கும் உங்கள் மனதிற்கு அவர்களை இசை நவநீதமாக மாறும்."

"மனமா? எனக்கா? தகித்துக் கொண்டிருக்கிறதா?"

"கொந்தளித்துக் கொண்டிருக்கும் உங்கள் மூளைக்கு அவர்களின் கானம் குளிர்ச்சியான அம்ருதமாக இருக்கும்."

"மூளையா? எனக்கா? ஆரிய தர்மங்களை எந்த யோசனையும் இல்லாமல், யோசிக்கும் வேலையும் வைத்துக் கொள்ளாமல் குருடனாக அமல்படுத்தும் எனக்கு மூளை இருக்கிறதா?"

"அண்ணா! எனக்காக.."

இலக்குமணன் அண்ணனின் பாதங்களைத் தொட்டான்.

ராமன் சம்மதம் தெரிவிப்பதுபோல் தலையை அசைத்தான்.

முக்கியமானவர்கள் கூடியிருந்த சபையில் அருகில் வந்து வணங்கினார்கள் லவகுசர்கள். ராமன் அவர்களைப் பார்த்ததும் நிலைதடுமாறி விட்டான். தெளிவாகத் தென்பட்டுக் கொண்டிருந்த தன்னுடைய மறு உருவங்கள். ஆசிரமச் சிறுவர்களின் வேடத்தில் மறைந்திருக்கும் அரச குமாரர்கள். ராமனுக்கு எல்லாம் புரிந்துவிட்டது. சிறுவர்களை அருகில் இழுத்து அணைத்துக் கொண்டான். சபையில் இருந்த முக்கியமானவர்களுக்கும் எல்லாம் விளங்கிவிட்டது. தர்ம சர்ச்சையில் ராமன் புத்திரர்களை சுவீகரிக்கலாம் என்று தீர்மானிக்கப்பட்டது.

“பின்னே சீதை?”

தர்ம சர்ச்சை திரும்பவும் தொடங்கியது.

“சபையில் தான் குற்றமற்றவள் என்று மொழிந்தால் ராமன் ஏற்றுக் கொள்வான்” என்ற செய்தியை எடுத்துக்கொண்டு வால்மீகி மகரிஷி தன் ஆசிரமத்திற்குப் புறப்பட்டார்.

சீதை வரமாட்டாள் என்று ராமனுக்குத் தெரியும்.

மகன்களை அளித்து, அவர்களை அணைத்துக் கொள்ளும் சுகத்தை வழங்கிவிட்டு சீதை எப்போதும் போலவே தன்னைக் காப்பாற்றினாள். கற்சிலையைக் கரையச் செய்து விட்டாள். காய்ந்துபோன செடியைத் துளிர்க்கச் செய்துவிட்டாள்.

தானும் எப்போதும் போலவே சீதைக்கு மேலும் துக்கத்தைக் கொடுத்து விட்டான். அவ்வப்போது ஏதோ ஒரு பற்றுக்கோலுடன் இளம்கொடி எழும்பும் போதெல்லாம், அதனைக் கால்களால் தரையில் தேய்த்துவிடும் கொடிய மிருகம்போல், ஒவ்வொரு முறையும் வாழ்க்கையிடம் இச்சையை வளர்த்துக் கொண்டிருக்கும் சீதைக்கு அந்த இச்சையை நசிக்கச் செய்து கொண்டிருக்கிறான்.

சீதை வரமாட்டாள். இந்தக் குழந்தைகளை தன்னிடம் ஒப்படைத்து விட்டு, தான் விமுக்தையாகி விடுவாள். ரகுவம்ச வாரிசுகளைத் தயார் செய்துவிட்ட பிறகுதான் தன்னால் விடுதலையாக முடியும்.

ஆனால் மகன்களை அளித்து சீதை தனக்கு விமுக்தியின் வழியைத் திறந்து விட்டாள். சீதை எப்போதும் தனக்கு துணையாகத்தான் இருந்து வருகிறாள். தன்னைக் காப்பாற்றிக் கொண்டு வருகிறாள். அயோத்தியில் எல்லோரும் ஸ்ரீராம ரட்சை என்று சொல்லுவார்கள்.

ஸ்ரீராமனுக்கு சீதைதான் ரட்சை என்று யாருக்குத் தெரியும்?

ராஜ்ஜிய அதிகார வரம்பிற்குள் ராமன் பெண்மையின் வரம்பிற்குள் சீதை

'In an epic, the story does not end. In a true sense its end is its beginning, as in our lives'

Sitakant Mahapatara

காப்பியங்களில் கதைகளுக்கு முடிவு இருக்கிறது என்று நினைப்போம். சில கதைகளுக்கு நாமே ஒரு முடிவைத் தருவோம். காப்பியங்களின் கதைகளுக்கு முடிவு கிடையாது. முடித்த இடத்திலிருந்து தொடங்கி நம் வாழ்க்கைகளுக்குள் ஊடுருவிக் கொண்டு பாயும். அந்தப் பிரவாகத்தில் புதிய அனுபவங்கள் எண்ணங்கள், கோணங்கள் நம் முன்னால் தோன்றும். வெள்ளம்போல் மூழ்கடிக்கும். ஓல்காவின் கதைகள் நீடிக்கப்பட்ட யதார்த்தத்தை (Extended reality) நம் முன்னால் வைக்கின்றன. நிகழ்வுகள் எந்த அளவிற்கு பழமையானதோ அதே அளவிற்குப் புதியதும் கூட. இந்தக் கதைகளில் வரும் பாத்திரங்கள் அவற்றுக்காக உருவாக்கப்பட்ட அல்லது வரையறுக்கப்பட்ட இடம் மற்றும் காலகட்டத்திலிருந்து நம் இடத்திற்கும், காலகட்டத்திற்கும் தொடர்கின்றன.

"இது இப்படி இருக்கிறது. நீ ஏன் இப்படி இருக்கிறாய்?" என்று கேட்பது காப்பியம். அது ஒரு சாசுவதமான நிகழ்காலம். நீ இப்படியே ஏன் இருக்கிறாய் என்று ஆராய்வது பெண்ணியம். இது ஒரு நிரந்தர நிகழ்காலம். நாம் ஒப்புக் கொண்டாலும் ஒப்புக்கொள்ளா விட்டாலும் ராமாயணம் உலகப் புகழ் பெற்ற ஒரு இதிகாச மகா காப்பியம். எல்லா இந்திய மொழிகளிலும் ராமாயணம், ராம கதைகள் வாய்மொழி மற்றும் எழுத்து வடிவத்தில் இருக்கின்றன. அயல்நாட்டு மொழிகளிலும் இருக்கின்றன. ஆனால் நாம் காது கொடுத்துக் கேட்கவேண்டிய, கேட்டுப் புரிந்துகொள்ள வேண்டிய பெண்களின் அனுபவங்கள் அதில் அவ்வளவாக பிரஸ்தாபிக்கப் படவில்லை. ராமாயணம் ஒரு படிக்கப்பட வேண்டிய நூல் மட்டுமே இல்லை. அது ஒரு பாரம்பரியம் என்று சொல்லும் போது, அது எப்படிப்பட்ட பாரம்பரியமாக நமக்கு எந்த விதமான வாழ்க்கை முறைக்கு வழி காட்டுகிறது என்று தெரிந்து கொள்ள வேண்டிய அவசியம் கட்டாயம் இருக்கிறது.

Ramayana is not only a text, but a whole tradition; it does not belong to a single country or religion, but is spread all over the South and Southeast Asia and has existed and evolved over the last twenty-five hundred years or so என்று சொல்கிறார் கே.சச்சிதானந்தன். வால்மீகி அல்லது துளசிதாசரின் ராமாயணம்தான் உண்மையான ராமாயணம் என்று அதிகார பூர்வமாக அடையாளம் கண்டுகொண்டு அதையே 'கிளாசிக்' என்ற முத்திரை குத்துவதால் மற்ற ராமாயணங்கள் பிரதானமற்றதாகி விடுகின்றன. இந்த குறுகிய நோக்கு பாரத நாட்டில் ஜனநாயக வாசிப்புக் கலாச்சாரம் தடைப்படக் காரணமாக மாறுகிறது. அதாவது ராமாயணம் ஒருவரால் மட்டுமே படைக்கப்பட்டதாக இருக்கக் கூடாது. உலகத்தில் வேறு எந்த காப்பியத்திற்கும் இந்த அளவிற்கு ஏராளமான பரவலும், எல்லைகடந்த பரவலும் இல்லாமல் போகலாம். இது ராமாயணத்திற்குக் கிடைத்த மாபெரும் கௌரவம். அந்த கௌரவத்திற்கு பங்கம் ஏற்படாமல் அன்றாட கண்ணோட்டத்திற்கு ஏற்ப ஆக்கபூர்வமாக விவரித்துக் கொள்ளலாம். காப்பிய, இதிகாச எல்லைகளைக் கடந்து விரிந்து நிலைப்பட்டுவிட்ட ராமாயண சம்பிரதாயத்திற்குள் தவிர்க்கக்கூடாத பார்வைகளை, கோணங்களை உருவாக்கலாம். இந்த சம்பிரதாயத்தில் சமுதாயக் கொள்கைகள், மதிப்பீடுகள் மட்டுமே ஊடுருவிக் கிடைக்கவில்லை, அவற்றின் பின்னால் பாதிக்கப்பட்ட பெண்களும் இருக்கிறார்கள். அவர்களுடைய அனுபவங்கள் இருக்கின்றன. வாழ்க்கையை அவர்கள் புரிந்துகொண்ட விதம் இருக்கிறது. அவர்களுடைய வேதனை இருக்கிறது. அந்த வேதனையின் குரல்தான் இந்தக் கதைகள். இந்தப் பெண்கள் சமுதாயக் கோட்பாடுகளின் கீழ் நலிந்து போனவர்கள். ராமாயணத்தை ஒரு சம்பிரதாயமாக, தனிமனித தர்மமாக, சமுதாயத்தின் தர்மமாக ஏற்றுக்கொண்ட சமூகம், மதிப்பீடுகளை வரையறுத்துக்கொண்ட கலாசாரம், அவ்வரம்பிற்குள் பாதிக்கப்பட்டவர்களைப் பற்றி எதுவும் பேசாது. அந்தத் தேவையைப் பெண்ணியம் உணர்ந்திருக்கிறது. அந்த உணர்தலின் விளைவுதான் இந்தக் கதைகள்.

திரு விஸ்வநாத சத்யாநாராயணா, ராமாயணம் ஒரு சம்பிரதாயம் என்ற உணர்வு இருப்பதினால்தான், 'கல்பவ்ருக்ஷம்' முன்னுரையில் தன்னை பாரம்பரியத்தை ஒட்டிய நோக்குடையவராக அறிவித்துக் கொண்டார்.

"திரும்பவும் இது என்ன ராமாயணம் என்று கேட்டால், இந்த உலகத்தில் வேளா வேளைக்கு திரும்பத் திரும்ப அதே சாப்பாட்டையே சாப்பிட்டுக் கொண்டிருந்தாலும், ஒவ்வொருவரின் ருசியும் மாறுபடும். எல்லோரும் குடும்பம் நடத்திக் கொண்டிருந்தாலும் அவரவர்களின் வாழ்க்கை மாறுபட்ட அனுபவமாகத்தான் இருக்கும். எல்லோரும் போற்றும் ராமனையே நானும் போற்றுகிறேன். என்னுடைய பக்திப் படைப்புகள் என்னுடையவை" என்று குறிப்பிட்டார்..

இப்போது பெண்ணிய வாதத்தை என்னவென்று சொல்வது? விஸ்வநாத சத்தியநாராயணாவுக்கு கிடைத்த சலுகை ஓல்காவின் கதைகளுக்கு கிடைக்குமா? சமுதாயம் திரு விஸ்வநாத சத்யநாராயணாவை ஏற்றுக் கொண்டுவிட்டது. அதற்குக் காரணம் அவரது சம்பிரதாயம் ஒட்டிய நோக்கு. ஆனால், ஓல்காவின் கதைகள் பாரம்பரியத்திற்கு எதிர்மறையான அம்சங்களைக் கொண்டவை. தந்தைவழிமரபாக, ஆணாதிக்கமாக, அடக்குமுறையாக, துன்புறுத்தலாக தொடரும் பாரம்பரியத்துடன் தீவிரமாக மாறுபட்டவை. ஓல்கா இக்கால நிகழ்வுகளை களனாக எடுத்துக் கொள்ளாமல், நமக்கு மிகவும் அறிமுகமான, நன்றாகத் தெரியும் என கருதுகின்ற கதைகளின் வழியாக, அந்தக் கதைகளின் பாத்திரங்களின் வாயிலாக தந்தைவழி மரபின் சித்தாந்தக் கதைகளை திறம்பட சித்தரித்து விவாதத்திற்கு வைத் துள்ளார்.

இதுவரையில் படைப்பாளியால் இயக்கப்பட்ட பாத்திரங்கள் சுயமாகச் சிந்தித்துச் செயல்படவும் முடிவெடுக்கவும் தொடங்கிவிட்டன. வால்மீகி என்கிற படைப்பாளியின் ஆதிக்கத்திலிருந்து சிறிதேனும் மீளத் தலைப்படுகின்றன.

படைப்பாளியின் ஆதிக்கத்திலிருந்து அந்தத்தப் பாத்திரங்களை மீட்சிபெறச் செய்வது மறுபடைப்பு செய்யும்போது எளிதுதான் என்றாலும் அது சரியானது, உசிதமானது எனத் தோன்றும் வகையில் செய்வது அனைத்து வேளைகளிலும் சாத்தியமன்று. பாத்திரங்களை தன் ஆதிக்கத்தில் உட்படுத்தும் புதிய ஆசிரியருக்கு பல சவால்கள் எதிர்ப்படுகின்றன. அவற்றை அனாயாசமாக ஓல்கா வெற்றிகொள்கிறார். இந்தக் கதைகளில் தென்படும் சீதையின் பாத்திரத்தை கூர்ந்து கவனித்தால் இது புரியும். சீதையைப் புரிந்துகொள்ளும் முன்பு, நாமிருக்கும் சமுதாயச் சூழ்நிலையையும் புரிந்துகொள்ள வேண்டும்.

உண்மையில் இந்தக் கதைகளுக்கு எந்த முன்னுரையும் தேவையில்லை. யாருடைய அறிமுக வாக்கியங்களும் தேவையில்லை. சொல்ல வேண்டியதை எல்லாம் மணியைக் கோர்ப்பது போல் தெளிவாகவே சொல்லி விட்டார். ஒவ்வொரு கதையும் படிக்கும்போது ஒவ்வொரு புதிய அனுபவம் நம் முன்னால் நிற்பது போல் இருக்கும். ஒரு புதிய உண்மையை நம் கண் முன்னால் திரையை விலக்கிக் காட்டும். இந்தக் கதைகள் ஒவ்வொன்றும் தனித்தனியாகவே சிறப்பானவை. மாறுபட்டவை. தந்தைவழிமரபு சமுதாயத்தின் போக்கினை வெவ்வேறு கோணங்களில் தம் அனுபவத்தின் மூலமாக விளக்கமாக எடுத்துரைத்துக் கொண்டே, தந்தைவழி மரபு சமுதாயத்தினால் உருவாக்கப்பட்ட சித்தாந்தங்களை களைத்து

எறிவதற்கு முனைப்புடன் இந்த பாத்திரங்கள் நிலைபெறுகின்றன. இவை ஓல்காவால் படைக்கப்பட்டவை அல்ல. விரிவுபடுத்தப் பட்டவை.

“படைத்தல் என்பது ஒரு செயல். துணிச்சலுடன் செய்யவேண்டிய ஒன்று. எழுதுவது சுதந்திரத்துடன், சமத்துவத்துடன், உரிமைகளுடன் சம்பந்தப்பட்ட விஷயம். எழுதுவது என்பது மாறாத்தன்மை கூடிய கருவி அல்ல. ஒரு நம்பிக்கைக்கு கட்டுப்பட்டு இருப்பது அல்ல. எல்லைகளைக் கடப்பது” என்கிற தெளிவான, விரிவடைந்த புரிதல் ஓல்காவுடையது. யாரைப்பற்றி எழுதுவது, எதற்காக எழுதுவது என்பதும் ஓல்காவின் புரிதலில் உள்ளடக்கம். எனவே, ராமாயணத்தை ஒரு பாரம்பரியமாக, ஒரு உரையாக, ஒரு ஆதர்சமாக, ஒரு மதிப்பீடாக வரையறுக்கப்பட்ட எல்லைகளை அதில் இருக்கும் பாத்திரங்கள் மீறினாலன்றி சமுதாயம் புதிய மதிப்பீடுகளை ஏற்றுக்கொள்ளாது..

அதனால்தான் எந்நேரமும் வரையறுக்கப்பட்ட மன சுதந்திரம் கொண்ட சீதையைக் கட்டுபாடுகள் இல்லாத சுதந்திரம் கொண்ட கதாபாத்திரங்களுடன் பிணைக்கச் செய்தார். சூர்ப்பனகை வனவிஹாரத்தில் இருக்கும் நிம்மதியை அனுபவத்திற்கு கொண்டு வருகிறாள். சீதையும் ஆரண்யவாசம் தனக்குப் பிரியமானது என்று சொல்கிறாள். சீதையுடையது “வாசம்” (வசித்தல்) சூர்ப்பனகையுடையது “விஹாரம்’ (சுதந்திரமாகச் சுற்றுதல்) விஹாரத்தில் முடிவெடுக்கும் சுதந்திரம் இருக்கிறது. வாசத்தில் நிர்ப்பந்தம் உள்ளது. இது ஒரு உதாரணம் மட்டும்தான். இது போன்றவை நமக்கு இந்த நான்கு கதைகளிலும் ஏராளமாகக் கிடைக்கும். ஒருவகையில் இந்தக் கதைகள் அலௌகிகமான பாத்திரங்களுடன் லௌகிக விஷயங்களைப் பேசும்.

ஒரு கதையில் சீதை இவ்விதமாய் நினைக்கிறாள். “சூர்ப்பனகை, அகல்யா, ரேணுகா, ஊர்மிளா ஒவ்வொருவருடையதும் ஒவ்வொரு கதை. ஒவ்வொருவருடைதும் ஒவ்வொரு வழி. தன்னுடைய வழி, போக்கு தன்னுடையது.”

‘அவர்கள் அனைவரின் அனுபவங்கள் மூலமாகத் தான் கற்றுக்கொள்ள வேண்டியதைக் கற்றுவிட்டாள். தொடக்கத்தில் தனக்கு எல்லோரிடமும் எதிர்ப்பு, கோபம். பிறகு அவர்கள் அனைவரின் வாழ்க்கை வேதனைகளும் சமமானவை என்று உணர்ந்த பிறகு சமரசம், நட்பு. தன்னைப் போன்றவர்களின் துன்பத்தைக் கேட்ட பிறகு தான் தனியள் இல்லை என்று ஒரு வலிமை, பெண்களின் கூட்டத்தில் நானும் ஒருத்தி என்ற உணர்வு.’

இந்தக் கதைகளில் சீதை சூத்ரிதாரி. தன் வாழ்க்கையின் அனுபவங்களில் வெவ்வேறு சந்தர்ப்பங்களில் சூர்ப்பனகை, அகல்யா,

ரேணுகா, ஊர்மிளா ஆகியோரை சந்திக்கிறாள். ஆரண்ய வாசத்தில் தாங்கள் இருந்த போது ரேணுகாவை, ஆரண்ய வாசத்திலிருந்து திரும்பி வந்தபிறகு ஊர்மிளாவை, குழந்தைகளை வளர்த்துக்கொண்டு வால்மீகி ஆசிரமத்தில் தங்கி இருந்தபோது சூர்ப்பனகையை, திருமணத்திற்குப் பிறகு ராமனின் மூலமாக அகல்யாவைப் பற்றிக் கேள்விப்பட்டு பிறகு ஆரண்ய வாசத்திலேயே சந்திக்கிறாள். அவர்களை சந்தித்த ஒவ்வொரு சந்தர்பத்திற்கும் சீதையின் வாழ்க்கையில் நிகழ்ந்த மாற்றங்களுக்கும், பரிணாமங்களுக்கும் சம்பந்தம் இருக்கிறது. இந்த நான்கு பேரின் அனுபவங்களை அவர்களின் வாயிலாக கேட்பதன் மூலம், அவர்களைப் புரிந்து கொண்டு, அந்தப் பின்னணியில் தன்னைத்தானே புரிந்து கொள்கிறாள். தன்னைப்பற்றி புரியப் புரிய சகப் பெண்களாக அவர்களை மேலும் முழுமையாகப் புரிந்து கொள்ள முடிகிறது.

சீதையின் வாழ்க்கையில் ஏற்பட்ட மாற்றங்கள், நடந்த நிகழ்வுகள், எதிர்ப்பட்ட அனுபவங்கள் எல்லாமாகச் சேர்ந்து தனக்கென ஒரு கண்ணோட்டத்தை உருவாக்கிக் கொள்வதற்குத் துணை புரிகின்றன. எந்தப் பெண்ணாக இருந்தாலும் தன்னுடைய வாழ்கையின் அனுபவங்கள் மூலமாக தன்னைத்தான் புரிந்துகொள்வதுடன் மற்ற பெண்களின் அனுபவங்களையும் தெரிந்துகொள்வதின் மூலமாக தனக்கும், மற்ற பெண்களுக்கும் இடையே இருக்கும் ஒத்ததன்மையும் வேறுபாடும் புரியும். இவற்றுக்கு மூலமான தந்தைவழி மரபுச் சமுதாயம் புரிபடும்.

தந்தைவழி மரபு சித்தாந்தத்தின் சுபாவத்தைப் புரிந்துகொள்வதன் மூலம் தன்னைத்தான் வரையறுத்துக்கொள்ள முடிகிறது. இந்த வரையறுத்தல் சொந்தக் கால்களில் நிற்கக்கூடிய சக்தியை, திறமையை, புரிந்துணர்வைத் தருகிறது. அதனால்தான் சீதை தன்னுடைய வழி, தன்னுடயை போக்கு தன்னுடையது என்கிறாள். 'நான் எனக்கே உரியவள், நிகரற்றவள்'. ஒவ்வொரு நபரும் நிகரற்றவரே என்றாலும் அது ஆண்களின் சார்பில் மட்டுமே அறியப்பட்ட நிலையைத் தாண்டி, இந்த நிகரற்றத்தன்மை ஆண்களுடன் பெண்களுக்கும் இருக்கிறது என்ற புரிதல் பெண்களுடன் ஆணுலகத்திற்கும் சரிசமமாகத் தேவை என்று இந்தக் கதைகள் எடுத்துச் சொல்லும்.

எல்லோருடைய அனுபவங்களிலிருந்து தான் கற்றுக் கொள்வதுடன் எல்லோருடைய வாழ்க்கை வேதனைகள் சமமானவை என்று தெரிந்து கொண்டதன் விளைவாக சமரசமும், நட்பும் ஏற்படும் என்று இந்தக் கதைகள் உறுதி செய்கின்றன. பெண்களின் சமூகத்தில் தானும் ஒருத்தி என்ற நினைப்பு ஏற்படுவது முக்கியம். அந்த நினைப்பு விழிப்புணர்வாக மாறுதல், அந்த விழிப்புணர்வு ஒரு புதிய

கண்ணோட்டத்தைத் தருதல், அது தன்னுடைய வாழ்க்கையின் கோட்பாட்டை வெளிப்படுத்தல் ஆகியவை இந்தக் கதைகளில் ஊடுருவி இருக்கின்றன. அகல்யா, சூர்ப்பனகை, ஊர்மிளாவின் அனுபவத்தை விட மாறுபட்டு இருக்கிறது ரேணுகாவின் அனுபவம். தர்மத்திற்குக் கட்டுப்பட்ட மகனின் கொடூரத்தைப் புரிந்துகொள்வதுடன் அதற்கு அடிப்படையாக இருந்த தந்தைவழி மரபு சமுதாயத்தையும் ரேணுகா கவனிக்கிறாள். ரேணுகாவின் அனுபவத்திலிருந்து உணர்ந்த விஷயத்தை சீதையும் உணர்கிறாள். இந்த உணர்தல் மூலமாக சீதை தனக்கு எதிர்ப்பட்ட எல்லா நெருக்கடி சூழ்நிலைகளையும் வெற்றி கொள்கிறாள். சீதை இந்தக் கதைகளில் Metaphorical Character. ஒரு சாக்கு.

இந்தக் கதைகளைப் படித்த பிறகு வாசகர்களுக்கு கீழ்க் கண்ட அம்சங்களை உணர முடியும்.

1. தமக்கு அதிகாரத்துடன் கூடிய நிலைப்பாடு இல்லை என்ற உண்மையைப் பெண்கள் உணர்கிறார்கள்.
2. மற்றவர்களின் வரையறுத்தலுக்கு கீழ்ப்படிந்து வாழ்க்கை நடத்துவதிலிருந்து பெண்கள் விலகுகிறார்கள்.
3. சமுதாயத்தில் இருக்கும் அதிகார சம்பந்தங்களை, அதன் அரசியலை தம் அனுபவங்களின் ஆதாரத்தில் புரிந்து கொள்கிறார்கள்.
4. தமக்கு அதிகாரமில்லாத நிலைக்கான அனைத்துக் காரணங்களையும் அனுபவங்களைக் கொண்டு ஆய்வு செய்கிறார்கள்.
5. எல்லா உறவுகளும் மற்றவருக்குத் தன்மீது அதிகாரம் செலுத்தும் தன்மை படைத்தவை என்று உணர்கிறார்கள்.
6. தம்முடையது என்று சொல்லக் கூடிய அடையாளத்தை, அதன் சாரத்தை தெரிந்து கொள்கிறார்கள்.
7. தம்மைப் போன்ற பெண்களின் வாழ்க்கை ஒரே மாதிரியான பிரச்சினைகளை எதிர்கொள்வதைத் தெரிந்துகொண்டு அவற்றைத் தீர்க்க வழிகளைக் கண்டுபிடிக்கிறார்கள்.
8. தன்னிரக்க நிலையிலிருந்து வெளியேறி, மற்ற பெண்களின் அனுபவங்களைத் தெரிந்துகொண்டு இரக்கம் காட்டுவதோடு நில்லாமல், ஆதரவை வெளிப்படுத்தும் நிலையை எட்டியிருக்கிறார்கள்.
9. பெண்ணியக் கலாச்சாரத்தை தந்தைவழி மரபுச் சித்தாந்தத்திற்கு மாற்றாக உருவாகும் முயற்சியில் இருக்கிறார்கள்.

நமக்கு நன்றாகத் தெரிந்த மிகச்சாதாரண விஷயங்களில்கூட நமக்குப் புலப்படாத, புரிந்துகொள்ள முடியாத அதிகார வரம்புகள் இருக்கும், அந்த எல்லைக்குட்பட்டு வாழ்ந்துகொண்டு இருப்போம்.

அந்த எல்லைக்குள் வரையறுக்கபட்ட மதிப்பீடுகளுக்கு, கடமைகளுக்கு எப்போதும் காவலாளியாய், தர்மகர்த்தாவாய் இருந்துகொண்டே, நம்மைறியாமலேயே அவற்றை அமல் செய்து, நடைமுறைக்கு கொண்டு வருவோம். ஒருவிதமாக ஒரு தார்மீகமான உயர்வுணர்வு நம்மைச் சூழ்ந்து கொண்டிருக்கும். இந்த உயர்வுணர்வு எதையும் யோசிக்க விடாமல் எல்லாவற்றையும் ஒப்புக்கொள்ளச் செய்யும். இந்தக் கதைகளில் சீதையின் பாத்திரம் இந்த உயர்வான பிரமையிலேயே இருப்பாள். தன்னைப் போன்ற பெண்கள், அவர்கள் வாழ்க்கையில் எதிர்கொண்ட அனுபவங்களில் தங்கள் பார்வையை விவரமாக எடுத்துச் சொன்னாலும் அவற்றை உடனேயே ஏற்றுக் கொள்ளும் நிலையில் இருக்க மாட்டாள். ஒருவகையில், ராமாயண சம்பிரதாயத்தால் உருவாக்கப்பட்டு சமுதாயத்திற்கு காணிக்கையாகக் கொடுக்கப்பட்ட எல்லா மாயைகளையும் ஓல்கா பெண்ணியம் என்ற ஆயுதத்தால் தாக்குகிறார். அதனால் இவை மாயையை உடைக்கும் கதைகள் என அழைக்கப்பட வேண்டும்.

ராமாயணத்தைப் படைத்த வால்மீகி உத்தேசித்திருந்தாலும் இல்லாவிட்டாலும் பல மாயைகள் உருவாகி விட்டன. சீதை மாசற்றவள் என்று தெரிந்தும் ராமன் அவதூறு ஏற்படாமல் இருக்க, அக்னிப்பரீட்சைக்கு உள்ளாக்கினான். அதற்குப் பிறகும் சீதையை ஒதுக்கிவைத்தான். இவை எல்லாம் ஒரு காரணத்திற்காக நடந்தாலும் அவை பெண்களை பாதிக்கக் கூடியவை, அவமானப்படுத்துபவை. Myth is a de-politicized speach என்றார் ரோலா பார்த். மாயை அரசியல் வாடை இல்லாத ஒரு நடுநிலைப் பேச்சு என்ற வரையறையைத் திருப்பித் தாக்குகிறது "தனிமனிதனின் சொந்த விஷயம்கூட அரசியல்தான்'' என்ற முழக்கம். ஓல்கா இதைத்தான் வலியுறுத்துகிறார்.

இவையெல்லாம் பெண்களின் தன்னடையாளத்தைத் தேடுதல். "என்னைச் சுற்றிலும் இருப்பவர்களுடன் எனக்கு இருக்கும் உறவுகளில் இருந்த அதிகாரத்தை உணர்ந்தபோது எல்லாம் தெரிந்துவிட்ட உணர்வு ஏற்பட்டது. எல்லா துக்கங்களுக்கும் மூல காரணம் அதிகாரம்தான் அக்கா. இன்னொரு வேடிக்கை தெரியுமா? இந்த அதிகாரத்தை நாம் பெற வேண்டும். ஆனால் அதை விட்டுக்கொடுக்க வேண்டும். நான் யாருடைய அதிகாரத்திற்கும் அடிபணிய மாட்டேன். என் அதிகாரத்தால் யாரையும் கட்டுப்படுத்த மாட்டேன். அப்போது எனக்கு நானே விமுக்தி பெற்று விட்ட உணர்வு. என்னுள் இனி எல்லாமே ஆனந்தம்" என்கிறாள் ஊர்மிளா. அவள் உறங்கவில்லை. நித்தியமும் விழிப்புணர்வோடு இருந்து தன்னைத்தான் தேடுகிறாள். அதற்கு, அந்தப்புரத்தின் சகல விதிமுறைகளையும் அறிந்த, லௌகீக

விவகாரங்களில் திறமை பெற்ற ஊர்மிளாவிற்கு பதினான்கு வருடங்கள் பிடித்தது. ஆரண்ய வாசத்திலிருந்து திரும்பி வந்தபிறகு தன்னைச் சந்திக்கவந்த சீதையிடம் தன் அனுபவ சாரத்தை எடுத்துச் சொல்கிறாள் ஊர்மிளா.

அவள் தனக்கும், மற்றவர்களுக்கும் இடையே உள்ள உறவுகளை ஆராய்ந்து பார்க்கிறாள். "ஒவ்வொரு உறவையும், நம் தந்தை, நீ, இலக்குமணன், ராமன், கௌசல்யா இப்படி எல்லோரிடமும் உள்ள என் உறவுகளின் சாராம்சம் என்னவென்று படிமங்களாக பிரித்துப் பார்த்தேன்" என்கிறாள். அதன் விளைவாக எல்லா உறவுகளையும் புதிதாக வரையறுத்துக் கொள்கிறாள். அது மட்டுமில்லை. நியாயத்தைப் பற்றி கேள்வி கேட்கக் கூடிய ஞானத்தைப் பெறுகிறாள். அந்த ஞானத்தின் மூலமாக "உன் மீது அதிகாரத்தை நீயே எடுத்துக்கொள். மற்றவர்மீது அதிகாரத்தை விட்டுக்கொடு. அப்போது நீயே உனக்குச் சொந்தமாவாய், எஞ்சியிருப்பாய். நமக்கு நாம் எஞ் சியிருப்பது என்றால் வெறும் பேச்சு இல்லை அக்கா. என் பேச்சை நம்பு" என்று சொன்ன ஊர்மிளாவின் வார்த்தைகளைக் கேட்ட பிறகுதான் சீதை தனக்கு ராமன்மீது இருந்த அதிகாரத்தை, ராமனுக்கு தன்மீது இருந்த அதிகாரத்தை விட்டுக்கொடுக்கும் மனத் திடத்தைப் பெறுகிறாள்.

இந்த மனத்திடத்தை பெண்கள் பெறமுடியாமல் போவதற்குக் காரணம் கணவன் மனைவி உறவில் இருக்கும் அதிகாரமும், அதிகாரமின்மையும் தான். ஊர்மிளா சீதையிடம் சொன்ன வார்த்தைகள் சீதைக்கு ராமனால் கைவிடப்பட்ட பிறகுதான் புரிந்தன. அனுபவத்திற்கு வந்தன. அந்த அனுபவம் ஒரு யோசனையாக மாறியது. அது கேள்வியாக உருவெடுக்கும். "ராமனிடமிருந்து தனக்கு எப்போது மீட்சி கிடைக்கும்?". அந்தக் கேள்விக்கு பதில் ராமனிடம் இல்லை. அது தன்னிடம்தான் இருக்கிறதென்ற விழிப்புணர்வுதான் சீதையின் மீட்சிக்கு வழி. தானில்லாமல் ராமன் அஸ்வமேத யாகம் எப்படிச் செய்வான் என்பது சீதையின் பிரச்சினை இல்லை. அது ராமனின் பிரச்சனை. ராமனின் பிரச்சினைக்கு சீதையால் கொடுக்கக் கூடிய தீர்வு எதுவும் இல்லை என்று ஊர்மிளா உறுதியாக பதில் அளிக்கிறாள். 'ஒவ்வொரு பரீட்சையும் உன்னை ராமிடமிருந்து விமுக்தி செய்வதற்குத்தான். உனக்கு நீ எஞ்சியிருக்க செய்வதற்குத்தான். யுத்தம் செய். தவம் செய். ஊடுருவிப் பார். நீ எனும் யதார்த்தம் புலப்படும்வரை பார்."

ஊர்மிளா கொடுத்த ஊக்கத்தினால் சீதை தனக்குள் முரண்படுகிறாள். அதை வெற்றிகொள்கிறாள். சீதையை ராமன் ஏற்றுக் கொள்கிறான். ஆனால் நிறைந்த சபையில் தான் குற்றமற்றவள் என்று

அறிவிக்கவேண்டும் என்ற நிபந்தனையை வால்மீகியின் மூலமாகக் கேட்டபிறகு சீதை தனக்கு அது தேவை இல்லை என்று அறிவிக்கிறாள். இந்தக் கதை ராமனிடமிருந்து, குழந்தைகளிடமிருந்து மீட்சிபெற்ற சீதையின் உளத்துணிவைப்பற்றி பேசுகிறது.

சமாகமம் கதையை 2003ல் எழுதினார். தன்னைக் காதலிக்கச் சொல்லிக் கேட்டதற்கு தம்பியைக் கொண்டு மூக்கையும் காதையும் அறுக்கச் செய்து அவளைக் குரூபியாய் மாற்றிவிட்டான் ராமன். தன்னைக் காதலிக்கவில்லை என்ற ஒரே காரணத்திற்காக பெண்களின் மீது அமிலத் தாகுத்தலை நடத்துகிறார்கள் இந்தக் காலத்து இளைஞர்கள். ராமாயண காலத்திலிருந்து 'க்ளோபல்' யுகம் வரையில் பெண்களின் வரலாறு பாதிக்கப் பட்டவர்களின் வரலாறாகவே இருக்கிறது. ராமனுக்கு ஒரு காரணமோ நிமித்தமோ இருந்தது என்று வைத்துக் கொண்டாலும் இந்தக் கால இளைஞர்களுக்கு அது போன்ற தர்மகாரிய நிர்வாகம் என்று எதுவும் இல்லை. இந்த இரண்டு செயல்களும் ஒன்றல்ல எனினும், இவர்களை செயல்படச் செய்யும் சமுதாயமும், அதனுடைய சித்தாந்தங்களும் மிருகத்தனமானவை. சமாகமம் கதையில் சீதை சூர்ப்பனகையைப்பற்றி சிந்திக்கும்போது 'ராம இலக்குமணர்களின் குரூர பரிகாசத்திற்கு' குரூபியாகி விட்டாள் என்று வருந்துகிறாள்.

அபூர்வமான அழகைப் படைத்த சூர்ப்பனகை குரூபித்தனத்தை எப்படி வெற்றிகொள்கிறாள் என்பது யாருமே பொருட்படுத்தாத விஷயம். வெற்றிகொள்வது இருக்கட்டும். உயிருடன்தான் இருக்கிறாளா? உயிருடன் இருந்தால் அந்த வாழ்க்கை எப்படிக் கழிந்தது என்பதும் அவ்வளவாக முக்கியத்துவம் இல்லாத சமாச்சாரம். ராமாயணத்திற்கு சூர்ப்பனகையின் சார்பில் வாதம் புரியத் தேவையில்லை. அதற்கான சாவகாசமும் இல்லை. ஆனால் வால்மீகி சூர்ப்பனகையின் பாத்திரத்தை அவ்வளவு எளிதாக அப்படியே காற்றில் விட்டுவிடவில்லை. விபீஷணனைக் கொண்டு ராம இலக்குமணர்களின் செயலை நியாயப் படுத்துகிறார்.

ராம இலக்குமணர்களின் செயல்களை நியாயப்படுத்துவதற்கு வால்மீகி மகரிஷிக்கு ஏதோ ஒரு காரணம் இருந்தாலும், குரூபியாகிவிட்ட சூர்ப்பனகையின் வாழ்க்கை என்னவாகும் என்ற விஷயம் யாருக்குமே ஒரு பொருட்டாக இருக்கவில்லை. ஓல்கா ராமாயணத்தில் இந்த அம்சத்தைப் பிடித்துக் கொண்டுவிட்டார். இந்த அம்சத்தை அடையாளம் தெரிந்து கொண்டதினால்தான் கதை நிகழ்வு மற்றொரு களத்திற்கு தளத்திற்கு, காலத்திற்குப் பெயர வேண்டிய அவசியம் ஏற்பட்டது.

ராமனால் கைவிடப்பட்ட சீதை வால்மீகியின் ஆசிரமத்தில் இருந்து கொண்டே லவ குசர்களை வளர்த்து வருகிறாள். குழந்தைகள்

மூலமாக அழகான பூங்காவைப்பற்றி, குரூபியான அதன் யஜமானியைப்பற்றி கேள்விப்பட்டு சூர்ப்பனகைதான் என்று உணர்ந்து அடையாளம் கண்டு, அவளைச் சந்திக்க வேண்டுமென்று ஆர்வம் கொள்கிறாள்.

கதையில் சீதை சூர்ப்பனகையைப்பற்றி யோசிப்பது ஒரு கோணம் என்றால், சீதை சூர்ப்பனகையின் சந்திப்பு இரண்டாவது கோணம். சூர்ப்பனகையைப்பற்றி சீதை தான் யோசிக்கும் போக்கிலேயே ஆண் பெண்ணுக்கு இடையே உள்ள உறவுகளைப் புரிந்து கொள்கிறாள். "சூர்ப்பனகையை ராமன் அவமானம் செய்ததால், ராவணன் தன்னைக் கடத்திச் சென்று ராமனைப் பழிவாங்க நினைத்தான்."

"ஆண்களின் பழியை, பகையைத் தீர்த்துக் கொல்வதற்காகத்தானா பெண்கள் இருப்பது?" இந்தப் புரிதல்தான் சீதையின் விழிப்புணர்வுக்கு முதல்படி. சாதாரண சந்தர்ப்பமாக இருந்தால் இந்த வார்த்தை வெறும் பெண்ணிய சித்தாந்தத்தை விளக்கும் வார்த்தைகளாக எஞ்சி விட்டிருக்கும். வருத்தப்படுவது எல்லாம் சீதையின் கோணத்தில் என்பதால் தந்தைவழிமரபின் போக்குகளை அவள் புரிந்துகொள்ளத் தொடங்கியதற்கு வெளிப்பாடு. பெண்கள் இருப்பதே ஆண்கள் தம் பகையை, பழியைத் தீர்த்துக் கொள்வதற்குத்தான் என்ற தந்தைவழி மரபுச் சுபாவத்தை சீதை உறுதி செய்துகொண்ட பிறகு தொடர்ந்த சீதையின் எண்ணங்களை ஓல்கா இப்படி வெளிப்படுத்துகிறார். "ராவணனின் தங்கை என்று தெரியாமல் இருந்தால் ராம இலக்குமணர்கள் சூர்ப்பனகையை அப்படிச் செய்திருக்க மாட்டார்கள். ராவணனைத் தூண்டி விடவேண்டும் என்ற ராமனின் விருப்பம், தேடுதல் சூர்ப்பனகையின் மூலமாக நிறைவேறியது" அதெல்லாம் அரசியல் என்றும் உணருகிறாள். ஒரு பக்கம் சமுதாயத்தின் போக்கைப் புரிந்துகொண்டே பாதிக்கப்பட்டவர்களின் நிலை குறித்தும் யோசிக்கிறாள். சூர்ப்பனகை குரூபி என்பதால் அவளை யாரும் காதலிக்க மாட்டார்கள் என்று அப்பாவித்தனமாக நினைக்கிறாள். யாரோ ஒருவரைக் காதலிப்பது, யாரோ ஒருவரால் காதலிக்கப்படுவது இவற்றில்தான் பெண்களின் உண்மை நிலை இருக்கிறது என்ற புரிதல் சீதையிடம் இருக்கிறது. மற்றவர்களின் காதல் மட்டுமே பெண்மைக்கு வலிமை சேர்க்கின்ற அம்சம் என நினைக்கும் பெண்களின் மனோபாவத்திற்கு சீதை ஒரு எடுத்துக்காட்டு. லவ குசர்கள் கொண்டுவந்த பூக்களைப் பார்த்துவிட்டு சூர்ப்பனகையின் நிலையைக் குறித்து கவலைகொண்டு "அவள் மென்மையான இதயத்தின் வெளிப்பாடுதானா இந்தப் பூக்கள்?" என்று எண்ணியவளாய் சூர்ப்பனகையிடம் இரக்கம் காட்டுகிறாள். சூர்ப்பனகையைச் சந்தித்துப் பேசிய பிறகு சீதை மேலும் நெருக்கமாக சூர்ப்பனகையைப் புரிந்துகொள்கிறாள்.

ஆனால் இந்தக் கதையின் ஒரு படிமம் அழகும், அழகின்மை என்கிற குரூபித்தன்மையும். 'அழகு என்ற கருத்து யாருடைய சிருஷ்டி?' என்ற கேள்வி உருவாகி 'யாருடைய பார்வையில் எது அழகு?' என்பது வரையில் நீடிக்கும். மற்றவர்களால் பார்க்கப்படுவது, மற்றவர்களால் அடையாளம் கண்டுகொள்ளப்படுவது என்பது பெண்களுக்கு முதன்மையாகி விடும்.

அழகு குரூபித்தனம் என்ற Binary oppositions ல் கதை தொடரப்பட்டாலும், அழகாக இல்லாததால் சூர்ப்பனகைக்கு தனிமையும், அன்பு கிடைக்காமையும்தான் எஞ்சியிருக்கும் என்று நினைத்தாலும், மற்றவர்களை நேசிப்பது, மற்றவர்களால் நேசிக்கப்படுவது என்று இல்லாமல் ஒவ்வொரு பெண்ணும் தன்னைத்தான் முதலில் நேசிக்க வேண்டும் என்ற குறிப்பை கதை உணர்த்துகிறது. மற்றவர்களால் நேசிக்கப்படுவதைவிட தன்னைத்தான் நேசிக்க வேண்டும் என்றும், அதுதான் முக்கியம் என்றும் எந்தப் பெண்ணுக்கும் யாரும் சொல்ல மாட்டார்கள். அழகாக இல்லாமல் போனது சூர்ப்பனகைக்கு தாழ்வு மனப்பான்மையாக மாறவில்லை. அந்தத் தாழ்வு மனப்பான்மையிலிருந்து வெளிவருவதற்குத் தான் பெரிய போராட்டம் செய்ததாக சூர்ப்பனகை சொல்கிறாள். அது யுத்தமாக இருக்கலாம். முரண்பாடாக இருக்கலாம். தவமாய் இருக்கலாம். தன்னையே அடையாளம் கண்டுகொள்ளுதல்! அழகை இழந்துவிட்டாலும் சூர்ப்பனகை வாழ்க்கையில் நிலைத்து நிற்கிறாள்.

சூர்ப்பனகையை அவளுடைய பூங்காவனத்திலேயே சீதை சந்திக்கிறாள். அந்த சந்தர்ப்பத்தில் "நான் சீதை. ஜனகனின் மகள். ஜானகி... நிலமகள்" என்கிறாள். சுயாபிமானம் கொண்ட சீதை தன்னைத் தான் அறிமுகம் செய்துகொண்ட விதம் இது. ராமன் துறந்துவிட்டான் என்ற உண்மை சீதையை துரத்திக்கொண்டுதான் இருந்தது. ராமனின் மனைவி என்று சொல்லாமல் இருந்தது குறிப்பிடத்தக்கது. சூர்ப்பனகை "பின்னே ராமன்?" என்று கேட்ட போது தன்னைத் துறந்துவிட்ட விஷயத்தைச் சொல்கிறாள்.

"உன் வாழ்க்கை எப்படி இருக்கிறது?" என்று சூர்ப்பனகையைக் கேட்ட சீதையின் கேள்வி எளிது. ஆனால் பதில்தான் கடினம். சூர்ப்பனகை தன் வாழ்க்கை தானிருக்கும் பூங்காவனம்போல் அழகாகவும் ஆனந்தமாகவும் இருப்பதாகச் சொல்கிறாள். சூர்ப்பனகை தன் குரூபித்தனத்தை தாங்கிக் கொள்வதும், சகித்துக் கொள்வதும் பற்றிய சந்தேகம், கவலை சீதைக்கு.

சூர்ப்பனகையுடையது புரிதலுடன் கூடிய தைரியம். "அழகிற்கு அர்த்தம் தெரிந்து கொள்வதில் சந்தோஷத்தைப் பெற்றேன்" என்று சொல்லக்கூடிய துணிச்சலை வெளிப்படுத்திகிறாள். அழகின்மையை

வெற்றிகொள்வதற்கு தான் செய்த போராட்டத்தைப்பற்றி சொல்லும்போது "இயற்கைக்கு ரூபம், குரூபம் என்ற வேற்றுமை இல்லை என்று உணர்ந்து கொள்வதற்கு மிகவும் கஷ்டப்பட்டேன். பலவிதமான பிராணிகளை கவனித்தேன். இயக்கம், அசைவற்ற தன்மை இவற்றின் ஒருமையைக் கண்டேன். நிறங்களின் ரகசியத்தை அறிந்தேன். இந்த விஷயத்தில் எனக்கு குரு என்று யாருமே இல்லை. எனக்கு நானே சாதனை செய்தேன். இயற்கையின் ஒவ்வொரு அணுவையும் சோதித்தேன். அந்த சோதனையில் என் பார்வையே மாறிவிட்டது'' என்ற சூர்ப்பனகை இயற்கையுடன் தனது ஒன்றிவிடுதலை அறிவிக்கிறாள். இயற்கையின் ஒரு பகுதியாக மாறுவது என்றால் கலாசாரத்தை மறுப்பது, எதிர்ப்பது என்று புரிந்துகொள்ள வேண்டும். இந்தக் கலாசாரம் ஆண்களால் உருவாக்கப் பட்டது அதனால்தான் எதிர்ப்பு.

இதே கதையில் வாழ்க்கையின் சாபல்யத்தைப் பற்றிய சர்ச்சை இருக்கிறது. ஆணுடன் வாழ்வதுதான் வாழ்க்கையின் சாபல்யம் என்பது இல்லை என்று சூர்ப்பனகையின் உணருதல். மகன்களை வளர்ப்பதில் வாழ்கையின் நிறைவு என்பது சீதைக்கு இருக்கிற எல்லை. அதனால்தான் சூர்ப்பனகை "அதுதான் உன் வாழ்க்கையின் லட்சியமா?" என்று கேட்கிறாள். தன்னால் நிறைவேற்ற முடியாமற்போன கடமைகளை நினைவுப்படுத்திக் கொண்டு ராமராஜ்ஜியத்திற்கு உரிய வாரிகளை உருவாக்கும் பணியில் ஈடுபடுகிறாள் சீதை. சீதை, சூர்ப்பனகையின் வாழ்க்கையில் ராஜ்ஜியத்தைப் பற்றிய பிரஸ்தாபனை அவர்கள் உரையாடலில் பேச்சுவாக்கில் வந்தாலும், அது அவ்விருவரின் வாழ்க்கை முறைகளில் இருக்கும் வித்தியாசத்தைக் காட்டுகிறது. ராஜ்ஜியத்திடம் தனக்கு இருக்கும் பயத்தை சூர்ப்பனகை வெளிப்படுத்துகிறாள். ராஜ்ஜியத்தில் இல்லாவிட்டாலும் ராஜ்ஜியத்துடன் பிணைக்கப்பட்ட சீதையின் வாழ்க்கைக்கு ராம ராஜ்ஜியத்திற்கு வாரிசுகளை உருவாக்கும் நிர்பந்தம் உள்ளது. வாழ்க்கைக்கு புதிய அர்த்தத்தைக் கண்டுபிடிப்பதற்கு சீதைக்கு கொஞ்சம் அவகாசம் இருப்பதுபோல் சொல்கிறார் ஓல்கா. சீதையின் பேச்சு தன் நிலையைப் பற்றி சுயவுணர்வு இருப்பதை உறுதி செய்கிறது. "என் குழந்தைகள் என்னை விட்டுவிட்டு நகரத்திற்கு சென்றபிறகு நான் பூமியின் மகளாக ஆவேன்" என்ற வாக்கியத்தில் இருக்கும் தொனியை உணர முடிந்தால், சீதை தான் சந்தித்த பெண்களின் அனுபவங்களிலிருந்து கற்றுக்கொண்டு, தன்நிலையையும் உணர்கிறாள் என்பது புரியும். இந்தக் கதையில் சரளமாகத் தென்படும் ஒவ்வொரு வார்த்தைக்குப் பின்னால் இருக்கும் வேதனை ஆழமானது. விரிவானது. சமாகமம் கதை "சௌந்தரியம் குரூபித்தனம்'' இரு எதிர்மறையானவற்றைப் புரியவைக்கும் கதையாகத் தொடங்கி

ராஜ்ஜியத்தின் சுபாவத்தைப் புரிந்துகொள்வதாக பரிணமிக்கிறது. அது மட்டுமல்ல. சீதை கவலைப்படும் அளவுக்கு தீனமான நிலையில் இல்லாத சூர்ப்பனகை சீதையை தைரியமான நிலைக்கு கொண்டுவருவதற்கு உதவி செய்யும் பாத்திரமாக நிற்கிறாள். இந்த இடத்தில் இன்னொன்றும் சொல்லவேண்டும்.. சூர்ப்பனகை இயற்கையை சுவீகரித்தல், கலாச்சாரத்தை மறுப்பது என்ற இருபட்ட கொள்கைகளுக்கு இடையில் தன்னையே புரிந்துகொண்டு இருக்கிறாள். இவ்வாறு மறுப்பு திசையை நோக்கித் திரும்புவது பெண்ணிய இலக்கியத்தில் ஒரு பண்புசார் மாற்றத்திற்கு குறியீடு. ஏனெனில், தொடக்கத்திலும் பின்னாட்களிலும் வந்த பெண்ணிய இலக்கியம் எதிர்ப்பு, முரண்பாடுகளை வெளிப்படுத்துவதாக இருந்து வந்தது. இப்போது இருக்கும் நிலையில் மற்றவர்களுடன் முரண்படுவதாக அல்லாமல் தனக்குள்ளேயே நிகழும் போராட்டமாக வெளிப்படுகிறது. அதன் விளைவாக பல அம்சங்களை நிசப்தமாக நிராகரிக்கிறார்கள். இந்தக் கதைகளில் வரும் பாத்திரங்கள் நேரடியாகவே தம்முடைய வேதனைக்குக் காரணமான அமைப்புடன் போராட்டத்திற்கு முற்பட்டிருக்கலாம். ஆனால், அந்தப் போராட்டத்தைத் தவிர்த்தார்கள். இந்தப் பின்வாங்குதல் ஏற்படுத்தும் மாபெரும் மாற்றங்களை தெலுங்கு இலக்கியம் விரைவிலேயே உணரப்போகிறது. போராட்டத்தைப் பின்வாங்குவதும் பெண்ணிய வியூகத்தில் ஒரு பகுதிதான்.

“சைகத கும்பம்”, பெண்களின் கற்புடமை என்று ஆண்களால் உருவாக்கப்பட்ட பாவனையின் வெற்றுத்தன்மையை வெளிக்காட்டும் கதை. தம்மைச் சுற்றிலும் மிக வலிமையாகப் பின்னிப் பிணைக்கப்பட்ட “கற்புடமை”க்கு எதிர்ப்பையும், மறுப்பையும் தெரிவிப்பதுடன் நின்று விட்டிருந்தால் இது சாதாரண பெண்ணியவாதக் கதையாக மாறியிருக்கும். ரேணுகா எழுப்பிய கேள்விகள், அவை உருவாக்கும் சந்தேகங்கள் சிறியன அல்ல. அந்த உணர்வுக்கு வலிமையை ஊட்டும் அடிப்படை அம்சங்களை ரேணுகா கூர்மையாகப் புரிந்துகொண்டு இருக்கிறாள். புரிந்துகொள்வது மட்டுமில்லாமல், எதிர்காலத்தில் நேரப்போகும் அவமானத்தை துணிச்சலுடன் எதிர்கொள்ளும் சக்தியை சீதைக்கு வழங்குகிறாள். “கணவர்களைப் பற்றி, மகன்களைப் பற்றி எனக்குத் தெரிந்த அளவுக்கு வேறு யாருக்கும் தெரியாது” என்பாள் ரேணுகா. இந்த வார்த்தைகளை சொல்வதோடு நிற்கவில்லை ஓல்கா. “அவள் சிரிப்பு அலையின் மேலிருக்கும் நுரைபோல மிதந்தது” என்ற சிறிய பின்னோட்டத்தை சேர்த்திருக்கிறார். ரேணுகாவின் சிரிப்பில் பலவிதமான அர்த்தங்கள் இருப்பது கதை முழுவதும் படித்தபின் புரியும். ஒரு சந்தர்ப்பத்தில் ரேணுகா சீதையிடம் இப்படிச் சொல்கிறாள். “தந்தை சொன்னது நியாயமா, அநியாயமா என்று

யோசித்துப் பார்க்காமல் கண்மூடித்தனமாக பின்பற்றுவதுதான் ஆரிய தர்மம், என் மகனும் அதைத்தான் செய்தான். அந்த வேலையையே தானும் செய்கிறேன் என்றும், நாட்டில் மற்ற இனங்களிலும் ஆரிய தர்மத்தை நிலை நாட்டுவதாகவும் உன் கணவன் என் மகனுக்கு வாக்குக் கொடுத்துள்ளான்." கற்புடமை என்ற பண்பிற்கு மூலமான ஆரிய தர்மத்தை விமர்சனத்திற்கு உள்ளாக்குகிறாள். தர்மத்தின் பெயரால் தொடரும் கொடூரமாக அடையாளம் கண்டுகொண்டு, அதனை நிராகரிக்கிறாள். 'மனைவியின் பத்தினித்தன்மையின்மீது பிடியைத் தளர்த்தாத முற்றும் துறந்த முனிவர்' களைக்கூட விட்டு வைக்கவில்லை. 'முற்றும் துறந்த முனிவர்கள்' என்ற வார்த்தையின் கூர்மையும், தீட்சண்யமும் கவனிக்கத்தக்கவை. மணல் குடம் ஒவ்வொரு பெண்ணிடமும் இருக்க வேண்டிய அவசியம் என்னவென்று சீதை அப்பாவித்தனமாக கேட்கிறாள். "தம்முடைய கற்புடமை இந்த மணல் குடம் போன்றதுதான் என்று தெரிந்துகொண்டால் அவர்களால் நிம்மதியாக வாழமுடியும்" என்பது ரேணுகா உறுதியாக வெளிப்படுத்தும் சத்தியம். கணவர்களின் சந்தேகங்களுக்கும், அவமானங்களுக்கும் உள்ளான மறுநிமிடமே ஒழுக்கம் சம்பந்தப்பட்ட நெருக்கடியைச் சந்திக்கவேண்டியிருக்கும். இந்தக் நெருக்கடி பெண்களுக்கு கடுமையான மனப்போராட்டத்தை, ஆத்ம வேதனையைக் கொடுக்கும். சந்தேகத்திற்கு உள்ளாகும் துர்நிலைக்கு தள்ளப்படுகிறார்கள். இது அவர்களுடைய மனவலிமையை நிலைகுலையச் செய்யும். தாம் ஒழுக்கமற்றவள் இல்லை என்று நிரூபித்துக் கொள்ள வேண்டியிருக்கும். ரேணுகா சொன்ன வார்த்தைகள் புரியாமல், சீதை குழம்புகிறாள். அதனால்தான் ரேணுகா சொல்கிறாள். "இந்தப் பானையை செய்வதற்கு பெரும் அளவில் ஒருமித்த கவனம் வேண்டும். என் ஒருமித்த கவனத்தைப்பற்றி தெரியாத எல்லோரும் என் கற்புடமையால் மணல் குடத்தை உருவாக்குவதாக நினைத்தார்கள். என் பத்தினித்தன்மைக்கு எந்தக் குறையும் இல்லை என்பதால் அப்படியே நினைத்துக் கொள்ளட்டும் என்று நானும் இருந்துவிட்டேன். ஒருமித்த கவனம் எப்போது வேண்டுமானாலும் கலையலாம். காரணம் எது வேண்டுமானாலும் இருக்கலாம். என் விஷயத்தில் ஒரு ஆண்மகன் காரணமாக இருந்துவிட்டான். அந்த ஆண்மகனைப் பார்த்த மாத்திரத்தில் என் பத்தினித்தன்மை குலைந்து விட்டதாக என் கணவர் கோபம் கொண்டார்." கணவரின் கோபம் ரேணுகாவைக் கொல்ல வேண்டும் என்ற ஆணையாக மாறியது. ராமனைப் போலவே பரசுராமனும் தந்தைசொல் கடைபிடிப்பதில் முனைப்பானவன். தந்தைசொல் கேட்டு தன்னைக் கொலை செய்ய முற்பட்ட மகனை சமுதாய தர்மத்தின் பகுதியாகவே ரேணுகா புரிந்துகொள்கிறாள்.

ஒருபக்கம் கற்புடமை, இன்னொரு பக்கம் தாய்மை, இரண்டுமே ரேணுகாவின் விஷயத்தில் அவமானத்திற்கு உள்ளாயின. கணவனிடமிருந்தும், மகனிடமிருந்தும் மனதளவில் பிரிந்து போகிறாள். அனுபவத்தினால் உணர்ந்துகொண்ட உண்மையை ரேணுகா சீதையிடம் சொல்கிறாள். "கணவனைத் தவிர வேறு உலகம் இல்லை என்று நினைப்பார்கள் பெண்கள். உண்மைதான். ஆனால் ஏதோ ஒருநாள் கணவன் தன்னுடைய உலகில் உனக்கு இடம் இல்லை என்று சொல்லுவான். அப்போது நமக்கு என்ன ஆதாரம் இருக்கிறது? மகன் களைப் பெறுவதுதான் வாழ்க்கையின் லட்சியம் என்று நினைப்போம். அந்த மகன்கள் ஆண்கள் வம்சத்தின் குலக்கொழுந்துகளாகி, நாம் உணரும் முன்பே நம் கையை விட்டுவிட்டு தந்தையின் கட்டுக்குள் சென்று விடுவார்கள். அல்லது அவர்களே நம் வாழ்க்கையைத் தீர்மானிப்பவர்கள் ஆவார்கள். எதற்காக குழந்தைகளைப் பெறுவது? இது எனக்கு அனுபவமானது போல் கடினமாக வேறுயாருக்கும் ஆகியிருக்காது." அனுபவத்தினால் உணரப்பட்ட இந்த உண்மையை முழுவதுமாக நம்புவது சீதைக்கு சாத்தியமாகவில்லை. சீதைக்கு எத்தனையோ கேள்விகள், சந்தேகங்கள், தெளிவற்ற அம்சங்கள். ஒரு கட்டத்தில் ரேணுகா சொன்ன வார்த்தைகள் பெண்களுக்குத் தீங்கு விளைவிக்கும் என்றுகூட சொல்கிறாள். சீதை நம்பாத விஷயங்கள், சந்தேகப்பட்ட அம்சங்கள் எல்லாம் தனக்கு அனுபவமான பிறகு தூள்தூளாகி விடுகின்றன. "குழந்தைகள் தம்முடைய தந்தை யாரென்று கேட்கும் சந்தர்ப்பம், கணவன் உன் குழந்தைகளுக்கு தந்தை யாரென்று கேள்வி கேட்கும் சந்தர்ப்பம் சில பெண்களின் வாழ்க்கையில் வரும் சீதை. அப்போது அவர்களின் நிலையை யோசித்துப் பார். என் வார்த்தைகள் உனக்குப் புரியும்" என்று சொல்கிறாள்.

ரேணுகா சொன்னது போலவே அந்த சந்தர்ப்பம் சீதைக்கும் எதிர்ப்படுகிறது. தந்தை யாரென்று குழந்தைகள் கேட்பது, தாம் க்ஷத்திரியர்கள்தானா என்ற கேள்விகளுடன் தொடங்கி சீதை தன்னைத்தானே முன்பைவிட அதிகமாகப் புரிந்துகொள்ளக் கூடிய வாய்ப்பைத் தருகிறது. என்ன செய்தாலும் இறுதியில் குழந்தைகளை விட்டுக்கொடுக்க வேண்டிவருவது, அவர்கள் மீது தனக்கு எந்த அதிகாரமும் இல்லை என்று உணருவது, ராமனிடம் இருக்கும் ராஜ்ஜியம், ராமனால் அந்த ராஜ்ஜியத்தை விட முடியாமல் போவது, குழந்தைகளும் தனக்காக ராஜ்ஜியத்தை விட்டுக்கொடுக்க முடியாமல் போவது ... இவை அனைத்தும் சீதையை யோசிக்க வைத்தன. கணவனின் அன்பிலாகட்டும், குழந்தைகளின் அன்பிலாகட்டும் தனக்கு அதிகாரம் இல்லாமல் போவது, சீதைக்கு இந்த இரண்டையும் தன்னிச்சையாக விட்டுக்கொடுப்பதற்கான மனத்தயார்நிலையைக்

கொடுக்கிறது. அந்த அளவுக்குத் தேவையான மனவலிமையை அவள் பெறுகிறாள். ரேணுகாவின் வேதனை புரிந்த பிறகு சீதை இவ்வாறு நினைக்கிறாள். "ராமன் அக்கினிப்பரீட்சை கேட்ட அன்று, வனவாசத்திற்கு அனுப்பி வைத்த அன்று ரேணுகா தயாரித்த மணல் குடம் நினைவிற்கு வந்தது. அகல்யா, ரேணுகா, நான் .. எல்லோரும் சந்தேகத்திற்கு உள்ளானவர்கள்தாம். அவமானப்பட்டவர்கள்தாம்" என்று உணருகிறாள்.

இந்த உணர்தல்தான் அவளுடைய விழிப்புணர்வுக்கு மூலம். ராமனாலும், குழந்தைகளாலும் புரிந்துகொள்ளப்படாத சீதை, ராமனையும், குழந்தைகளையும், தன்னையும், சமுதாயத்தையும் எந்த அளவிற்கு புரிந்து கொள்ள வேண்டுமோ அந்த அளவிற்கு புரிந்து கொள்கிறாள். தன்னுடைய அனுபவத்தைக் கொண்டு தான் எப்படி இருக்க வேண்டும் என்று முடிவு செய்கிறாள். வருங்கால அரசர்களாய் சீதையைப் புரிந்துகொள்ளாமலேயே தந்தைசொன்னதுபோல் தாய் தன் குற்றமற்றத் தன்மையை நிரூபித்துக் கொண்டால் குழந்தைகள் பார்வையில் அவர்களுக்கு நன்றாகத்தான் இருதிருக்கும். ஆனால் சீதைக்குத்தான் அந்த நிரூபித்தலைப் பற்றி தீர்மானமாக எதிர்ப்பு. அதுதான் அவளுடைய பிம்பம்.

மிருண்மயநாதம் கதை அகல்யா சம்பந்தப்பட்டது. இந்த நாதத்தில் சீதையின் குரல் ஊடுருவி இருக்கிறது. சீதை திருமண வாழ்க்கையில் காலடி வைத்து தாம்பத்யத்தின் இனிமையை அனுபவித்துக் கொண்டு இருக்கையில் ராமன் மூலமாக அகல்யாவைப்பற்றி கேள்விப் படுகிறாள். ராமன் "அந்த அழகிற்குப் பின்னால் ஒழுக்கம் இல்லை என்று தெரிந்த போது வேதனை ஏற்பட்டது" என்று சொன்னது சீதைக்கு அகல்யாவிடம் ஆர்வத்தை தூண்டிவிட்டது. "ஒழுக்கம் இல்லை என்றால் என்ன அர்த்தம்?" என்று கேட்டபோது ராமன் "சீதை! நீ இன்னும் சிறியவள். உனக்குப் புரியாது. இது போன்ற விஷயங்கள் உன் காதில் விழவும் கூடாது. நீ பேசவும் கூடாது" என்று சொல்லி விடுகிறான். ராமன் மட்டுமே இல்லை. எந்த ஆண்மகனுமே இது போன்ற விஷயங்களைப் பேசவிட மாட்டான். பேசுவதன் மூலம் உண்மை, யதார்த்தம் இரண்டும் வெளியில் வரக்கூடிய வாய்ப்பு இருக்கிறது. மௌனத்தை நோக்கி, நிசப்தத்தை நோக்கி பெண்களைத் தள்ளிவிடுதல் நடைபெற்றுவருகிறது. சீதையைப் பேசவிடாமல் செய்வதன் மூலம் ராமன் செய்வதும் அதுதான். ஆனால் அகல்யா ஒழுக்கமற்றவள் என்று மற்றவர்கள் சொல்லும் வார்த்தைகளை ஜீரணித்துக் கொள்ள முடியாமல் இருந்த சீதைக்கு கௌசல்யாவின் பேச்சு ஆறுதல் அளிக்கிறது. கௌசல்யா புரிந்து கொள்வதற்குக் காரணம் தானும் ஒரு பெண்ணாக இருப்பதுதான்.

கௌசல்யா அகல்யாவை சாபத்திற்கு உள்ளானவளாக குறிப்பிட்டு அவள்மீது இரக்கம் காட்டுகிறாள். ஒருவகையில் இது கதைக்கு முன்னரங்கம் அல்லது முன்னுரை. ஒழுக்கமற்றவள் என்று ராமன் சொன்னதில் சீதைக்கு ஆட்சேபணை இருந்திருக்கிறது.

நடக்க வேண்டிய பாட்டாபிஷேகம் நின்றுபோய் வனவாசத்திற்கு செல்ல வேண்டிய நிலை ஏற்பட்டபோது "அரசியல் இடையூறு இல்லாமல் ராமனின் அன்பு முழுவதுமாக தன் சொந்தமாகி விடும்" என்று மகிழ்ச்சி அடையும் சமயத்திலேயும் சீதைக்கு அகல்யாவின் நினைவு வருவது அவளுக்குள் எந்நேரமும் உரையாடல் நிகழ்ந்துகொண்டு இருப்பதற்கு அடையாளம். சீதை அகல்யாவைச் சந்தித்த சந்தர்ப்பத்தில் அகல்யாவின் மனம் தெரிய வரும்.. "இந்திரன் என்னை விரும்பினான். பெண் என்பவள் ஆண்களுக்குப் போகப்பொருள் என்று எல்லோரும் நினைப்பது போலவே எண்ணிவிட்டான். நான் அவனுக்கு அடிபணிய மாட்டேன் என்று இருட்டில் என் கணவரின் வேடம் தரித்து வந்தான். அவன் என் கணவன் இல்லை என்று நான் அடையாளம் கண்டேனா இல்லையா? உலகத்தில் பலரை துளைத்துக் கொண்டிருக்கும் கேள்வி இது. என் கணவருக்கு மட்டும் அந்த வேறுபாடு இல்லை. எனக்குத் தெரிந்தாலும் தெரியாவிட்டாலும் அவருக்கு ஒன்றுதான். அவருடைய பொருள் ஒன்று தற்காலிகமாகவாவது இன்னொருவனின் வசமாயிற்று." இந்த வார்த்தைகள் அகல்யாவினுடயவை. பெண்ணைத் தன் தனிப்பட்ட சொத்தாக, பொருளாக எண்ணி அவள்மீது அதிகாரம் யஜமானித்துவம் கொண்டுள்ள கண்ணோட்டத்தை அகல்யா கண்டிக்கிறாள். மாறுவேடத்தில் வந்த இந்திரனுக்கோ, அவனுடைய ஆசைக்கோ எந்த தோஷமும் ஒட்டிகொள்ளவில்லை. கௌதம முனிவர் சாபம் இட்டது வேறு கதை. மாற்றான்வசம் ஆகிவிட்டாள் என்ற உணர்விலிருந்தே "தீட்டு, தூய்மை, பவித்ரம், அபவித்ரம், ஒழுக்கம், ஒழுக்கக்கேடு'' முதலியவை பெண்களைச் சார்ந்தவையாக வர்ணிக்கக்கப்படுகின்றன. ஆண் பெண் உறவில் இந்த வித அவமானம் நேருவதில் பெண்களே இழிவிற்கு இலக்காக வேண்டிய நிலை. இந்திரனுக்கு இல்லாத தோஷம் அகல்யாவைப் பின்தொடர்கிறது. "ஆண்கள் எல்லோரும் ஒன்றுதான் சீதை, மனைவியரின் விஷயத்தில்" என்று உறுதிபடக் கூரிய அகல்யாவை சீதை ஓரளவிற்கு சந்தேகம் கொள்கிறாள், கற்புடையவள் இல்லையோ என்று. "சத்ய அசத்ய விசாரணை" எதுவும் நடத்தாமல் பெண்களை ஆமோதிக்கும் மனநிலை, அதுபோன்ற சமமான கலாச்சார வாழ்க்கைமுறை இன்னும் உருவாகவில்லை என்பதால் அகல்யா கேட்ட ஒவ்வொரு கேள்விக்கும் ஆழமான விரிவாக்கம் இருக்கிறது. ஒழுக்கமானவளா இல்லையா என்று விசாரணையில் இறங்குவதைவிட ஏதோ ஒரு நம்பிக்கை

இருப்பது மேல் என்று சொல்கிறாள் அகல்யா. அது மட்டுமே இல்லை அவள் "என்னைப் போல் பேசும் பெண்களை சகித்துக் கொள்வது கஷ்டம் சீதை. நான் தவறு செய்துவிட்டேன் என்று ஒப்புக்கொண்டால் சகித்துக் கொள்வார்கள். பாவத்திற்கு பிராயச்சித்தம் இருக்கும். தவறு செய்யவில்லை என்று வாதம் புரிந்தால் என்மீது இரக்கம் காட்டுவார்கள். அநியாயமாக குற்றம் சாட்டப்பட்டு விட்டதென்று என் பக்கம் இருப்பார்கள். ஆனால் என் தவறு, சரியுடன் உங்களுக்கு என்ன சம்பந்தம் என்றும், அதை விசாரிக்கும் உரிமை, அதிகாரம் உங்களுக்கு யார் கொடுத்தார்கள் என்றும் கேட்டால்மட்டும் யாரும் சகித்துக்கொள்ள மாட்டார்கள்." தன்மீது தனக்கு இருக்க வேண்டிய அதிகாரத்தைப் பற்றி அகல்யா செய்த அறிவிப்பு இது. மற்றவர்களின் விளக்கங்கள், உத்தரவுகள், ஆதேசங்கள் இவற்றுக்குக் கீழ்ப்படிந்து இருப்பதுதான் உண்மைநிலை. தம்மீது தங்களுக்கு இருக்கும் உரிமைகளை தக்கவைத்துக் கொள்வதற்கு முயற்சி செய்யும்போது பெண்களுக்கு சமுதாயத்திலிருந்து பல சவால்கள் எதிர்ப்படும். அகல்யாவின் வார்த்தைகளில் இருக்கும் பொருள்தெளிவு பெண்ணியக் கண்ணோட்டத்தின் கூர்மைக்கு ஒரு அறிகுறியே. தம்மீது சகல அதிகாரங்களும் தமக்கே இருக்க வேண்டும் என்று விரும்பும் பெண்களுக்கு வலிமையான பிரதிநிதிகளாக இந்தக் கதைகளில் வரும் எல்லா பாத்திரங்களும் உள்ளன. இந்த பாத்திரங்களின் கண்ணோட்டத்தின் வலிமைதான் சூத்ரதாரியான சீதைக்குக் கிடைத்த வலிமை. மற்றவர்களின் அதிகாரத்திற்கு கீழ்ப்படியாமல் வாழ்வது என்றால் சமத்துவத்தை கேட்பது அல்ல பெறுவது. அடைவது. சீதை அகல்யாவிடம் கேட்ட கேள்வி "கௌதம முனிவருக்குக்கூட அதிகாரம் இல்லையா?" என்று. "உலகம் அவருக்கு அந்த அதிகாரத்தை கொடுத்திருக்கிறது. நான் தரவில்லை. நான் தராத வரையில் என்மீது அதிகாரத்தைப் பெறமுடியாது." இந்தக் கதைகளின் சாரமும், சாராம்சமும் அதுதான். "கௌதம முனிவர் உங்களைத் துறந்துவிட்டார்" என்று சீதை சொன்ன போது "பாவம்! என்னை இழந்து விட்டார்" என்று பதிலடி கொடுக்கிறாள். நீதி, தர்மத்தின் அடிப்படைகளைக் கண்டறிவதில் அகல்யா சாதித்தது ஒன்றும் குறைவானது இல்லை. தன் நிலைப்பாடு பற்றிய யோசனை அகல்யா தன்மீது அதிகாரத்தை தானே தக்கவைத்துக்கொண்ட உதாரணம், அந்த அனுபவத்திலிருந்து சீதை 'வெளியிலிருந்து வரும் அதிகாரத்திற்கு கீழ்படியாத' சீதையாக உருவாகிறாள். 'தனக்குள்ளே, தன்மீது தனக்கு இருக்கும் அதிகாரத்தின் வலிமையை முதல்முறையாக முழுமையாக உணருகிறாள்' என்று ஓல்கா அதிகாரமுள்ள நிலைப்பாடு கொண்ட பெண்கள் எவ்வாறு உருவாகிறார்கள் என்பதை ராமாயணக் கதைகளிலிருந்து எடுத்துகாட்டி இருக்கிறார்.

ஓல்கா இந்த நான்கு கதைகளுடன் "சிறைப்பட்டவன்" என்ற பெயரில் ராமனுக்கு இருக்கும் வரையறுக்கப்பட்ட எல்லைகளைப் புரிந்துகொள்ளும் வகையில் சொல்லியிருக்கிறார். "என் வாழ்க்கை ராஜ்ஜிய அதிகாரத்தின்கீழ் நலிந்துபோக வேண்டியதுதான்" என்று ராமன் உணர்ந்தாலும் சமுதாயம், ராஜ்ஜியம் அவனை விட்டுவிடாது. ராமன் ராஜ்ஜியத்தால் பாதிக்கப்பட்டவன், ராஜ்யத்தால் சிறைப்பட்டவன், அதிகாரத்தால் பாதிக்கப்பட்டவன், அதிகாரத்தால் சிறைப்பட்டவன். ராமனுக்கு இருக்கும் விலங்கிடப்பட்ட நிலையைப் பெண்ணியம் உணர்ந்து இருக்கிறது. 'நான் திறமையற்றவன். என் புருஷோத்தம குணம்தான் என் சாமர்த்தியக் குறைவு. ராஜ்ஜியாதிகாரத்தின் காரணமாக என்மீது என்னுடைய அதிகாரத்தை இழந்துவிட்டேன்." இந்தப் படிப்பினை பெண்கள்மீது அதிகாரம் கொண்டுள்ள ஆண்களுக்கு ஏற்பட வேண்டும். மற்றவர்கள்மீது அதிகாரம் செலுத்துவது என்றால் உன்மீது உனக்கு இருக்கும் அதிகாரத்தை இழப்பதுதான். அரசாளும் ராமனையும், பெண்ணான சீதையையும் ஒரே கண்ணோட்டத்தில் காட்டிய சிறப்பான கதைகள் இவை.

அரசியல் லட்சியங்களை நிறைவேற்றுவதற்காக 'டிஸ் கோர்ஸ்' என்பதை சித்தாந்தப் படைப்பாளிகள் உருவாக்கி இருக்கிறார்கள். சாதாரணமாக பெண்ணிய சித்தாந்தப் படைப்பாளிகள் அதிகார சம்பந்தங்களை ஆய்வு செய்வார்கள். தனி நபர்களாக, சமுதாயத்தின் அங்கத்தினராக அதிகார சம்பந்த வரையறைக்குள் இருப்பவர்கள் எப்படி நடந்துகொள்வார்கள் என்று பரிசீலிப்பது முக்கியமான அம்சம்.

சமீபத்தில் பெண்ணியப் படைப்புகள், அடக்குமுறைக்கு உள்ளான கூட்டமாக பெண்களை அடையாளப்படுத்தும் வார்ப்புரு முறையிலிருந்து விலகி, ஆணாதிக்கத்தால் பாதிக்கப்பட்டவர்களாக இருந்துகொண்டே எல்லாவிதமான அதிகார சம்பந்தங்களில் இருக்கும் ஆழத்தை, சமுதாயத்தின் நடைமுறைகளை 'அதிகாரம்' என்ற கோணத்தில் விலாவாரியாக எடுத்துக் காட்டுகிறார்கள். சில குழுக்களின் அடக்குமுறைக்கு இன்னும் வர்க்கம்தான் மூலகாரணம் என்று இப்போதும் வர்க்கமூலவாதிகளின் முனகல் லாபத்தையோ, நஷ்டத்தையோ ஏற்படுத்திக் கொண்டுதான் இருக்கிறது. பாலினத்தை அவர்கள் form of secondary explaoitation ஆகத்தான் அடையாளம் காண்கிறார்கள். "பெமினிஸ்ட் டிஸ் கோர்ஸ்" இதற்கு நேரெதிர். இந்தக் கோணத்தில் ஓல்கா கதைகள் மீது ஆய்வு நடக்க வேண்டியுள்ளது.

சீதாராம்